" भटकंती ....
आठवणींच्या गर्द
रानातली " (पर्व
तिसरे)

विनित राजाराम धनावडे

ISBN 979-888530159-6

अनुक्रमणिका

1

भटकंती ....
आठवणींच्या गर्द
रानातली

मे महिन्याचा शेवटचा आठवडा,.... तारीख.. कोणाला माहित.... तरीही काय फरक पडणार होता तारीख जाणून. ना तारीख माहित , ना वार .... त्यात सकाळ होतं होती. आकाश तर आधीच जागा झालेला. घड्याळात न बघताच हल्ली त्याला वेळेचाही अंदाज बांधता यायचा. यावेळेसही त्याने अंदाज लावला. पहाटेची ६:१५ ते ६:३० ची वेळ... डोंगर -द्र्यात रात्रीची वस्ती असली कि सूर्य देवाची पहिली किरणे अंगावर घेणं आलेच. आकाश तर कधी पासून सूर्य देवाची वाट पाहत होता. उंच ठिकाणी उभा होता... गेल्या १०-१५ मिनिटांपासून. आज उशीरच झाला ना.... सूर्यदेवाला... आकाश मनातल्या मनात बोलला. आभाळात नजर फिरवली त्याने. समोरचे आभाळ रिकामंच होतं. पाठीमागे पहिले त्याने, मागे काही काळ्या ढगांच्या रांगा लागलेल्या... आभाळ भरेल एवढे नाही.... तरी सूर्य झाकावा इतके त्याचे अस्तित्व. थोडासा छान गार वारा, आकाश मनोमन हसला ते बघून... पटकन त्याने एक क्लिक केले. " वाटलं नव्हत.... तरी यंदा लवकर आलास मित्रा... " आकाश त्या ढगांकडे पाहत म्हणाला. " एकटे बडबड करणाऱ्या माणसांना आमच्याकडे वेडं म्हणतात... " सुप्रीचा मागून आवाज आला. आकाश शेजारीच येऊन उभी राहिली. " काय करतो आहेस ... आणि असा एकटा का बडबडतो आहेस.. " आकाशने त्या काळ्या ढगांकडे बोट दाखवलं. " मित्र !!..... पाऊस यंदा लवकर आहे बघ ...... आलाच ना भेटायला मला ... " आकाश अजूनही त्याकडेच

पाहत होता.

" Welcome back !! ....My friend !! "

===

" Yo !! " आजीला काहीच कळलं नाही. " काय गं हे Yo !! " आजी तिच्या सारखंच , तिने बोटांनी काहीतरी केलं होते , तसे चाळे करण्याचा प्रयत्न करत होती .

" अगं आजी तस नाही ग... मी दाखवते ... " आजीला तिने कशी बोटे करायची ते दाखवलं.

" Yo ... म्हणजे yes ... ती एक style असते बोलण्याची.... Yo... " आजीला तिने explain केले.

" ते मरू दे..... किती वाळली आहेस ... खातेस कि नाही काही...... कॅमेरा दिसत नाही तो तुझा ... विसरलीस कि काय ... ",

" आहे ग सगळं माझं त्या बॅग मध्ये .... " थोडा pause घेतला तिने बोलताना

" चल आजी... निघते मी .. " आजीने तिचा हात पकडला.

" कालच आलीस ना .. पुन्हा कुठे निघालीस... " थोडा वेळ आजीकडे बघत तशीच उभी होती ती. मग आजीच्या शेजारी बसली.

" आजी !! ..... माहित आहे ना तुला.. नाही करमत मला इथे... " ,

" थांब ना.. का भटकत असते अशी... इतके छान घर आहे इथे... माझं घर आहे... नाहीतर गावाला वाडा आहे आपला. आई-वडील , असे आहेत कि शोधून सापडणार नाहीत... तरी .... " ,

" थांब आजी... " तिने आजीचं वाक्य मधेच तोडलं. " मी आधीही सांगितलं आहे तुला... नको अडवत जाऊ मला... तरी जेव्हा जेव्हा येते तुझ्याकडे , तेच तेच सारखं तुझं ... " ,

" अगं पण .... " ,

" आजी .. मी येते ना तुला भेटायला .... वेळ काढून... " ,

" हो का ..... मग सांग.. तुझ्या बापाला ... कधी गेलेली शेवटचं भेटायला ... नाही आठवत ना ... ते जाऊदे ... तुझी आई, तिला कधी वेळ काढून भेटायला गेलेली तू... " आजीच्या या वाक्यावर ' ती ' च्याकडे काहीच उत्तर नव्हेत. काहीही न बोलता तिने आजीकडे पाहिलं. उभी राहिली. आजीची पाठ थोपटली. आणि तशीच कानात हेडफोन लावून जरा पाय मोकळे करायला निघून गेली.

===

आकाश - सुप्री , एव्हाना शहरात परतले होते. विचार करावा तर हे विचित्र होते. कारण पावसाळा सुरु होतं होता आणि आकाश चे शहरात परतणे. यांची सांगड लागत नव्हती. त्याचे कारण सुप्रीच्या अटी.

अट क्र. १ = पावसात , जास्त करून धुवांधार पावसात फिरायला जायचे नाही. नाहीतर सोबत मला घेऊन जायचे.

अट क्र. २ = जायचे झालेच , काहीच पर्याय नसेल तर १ दिवस , जास्तीत जास्त २ दिवस जायचे आणि

अट क्र. ३ = मोबाईल सोबत ठेवायचाच.

या सर्व अटी मुळे गेले २ वर्ष आकाश कुठे गेलेलाच नाही. २ पावसाळे तर शहरातच गेले त्याचे. सांगायचे झाले तर फक्त २ दिवस , तेही शहरा जवळच्या "monsoon spot" वर जाऊन आलेला. सुप्री होतीच सोबत, कारण एकच.... तिला आकाशला पुन्हा गमवायाचे नव्हते.

तरी, आता सारेच नॉर्मल झालं होते. या दोघांची मने आणखी जवळ आलेली. ग्रुप तर होताच सोबत. संजना सारखी जवळची मैत्रीण. आकाश ... "जुन्या आकाश " सारखा नव्हता आता. 'शहरात दिसायचा' आता तो. शिवाय माणसासोबत बोलायला शिकला होता तो. निसर्गाचा सहवास त्याला आवडायचा. तरी मागील आठवणी अजूनही ताज्या होत्या. निसर्ग त्याला बोलवतं होता, निसर्गाने मारलेल्या हाका त्याच्या मनापर्यंत पोहोचत होत्या. परंतु सुप्रीचा विचार येताच मनाला आवर घालावा लागत होता. शेवटी , एकदा जाऊन भेटावे, सर्व गड - किल्ले... हे कधी पासून मनात घोळवत ठेवले होते. एका संधीची वाट बघत होता आकाश.

===

तिने अंदाज लावला. घरातले एव्हाना झोपले असतील. दबक्या पावलांनी घरात आली. तिची सॅक तयारच होती. उचलली, निघणारं तर आजीने तिला आवाज दिला.

" पूजा !! " तिने मागे वळून पाहिलं. " न सांगताच जाणार होतीस का ?? " आजीने अडवलं तिला. पूजा वळली.

" काय आजी " ,

" निघालीस का.... असं विचारलं..." पूजा तशीच मान खाली घालून उभी. आजीने जबरदस्ती पूजाला खाली बसवलं.

" का पळते आहेस अशी... सर्वांपासुन... आवडत नाही का इथली लोकं... निदान , तुझे आई - वडील.. त्यांनाही विसरली का तू.. ",

" नाही आजी.... पण नाही आवडत त्यांच्याकडे जावेसे.. ",

" अगं पण .... बाकीचे तर आहेत ना... त्यांच्यापासुन तरी का दूर राहतेस.. " पूजा त्यावर काहीच बोलली नाही.

" ये .... बाहेर अंगणात बसू .. " आजीने बळेच तिला बाहेर अंगणात आणले. रात्रीच छान चांदणं आभाळात. त्यात मे महिन्याची अखेर, काही रेंगाळलेले ढगच चांदण्याच्या साथीला, सोबतीला हळूवार , कानात गुणगुणणारा वारा. आजीच्या दारासमोर छोटे पण छानसे अंगण. आजोबांची आवड. आता आजोबा नव्हते तरी आजीने सांभाळलं होते ते अंगण. चार-पाच प्रकारची , वेगवेगळ्या रंगाची फुले... सोनचाफ्याचा कालच्या फुलांचा पुसटसा सुगंध अजूनही दरवळत होता त्या वातावरणात. पूजाला हे काही नवीन नव्हते. तरी आजी सोबत बसलेली.

" पूजा !! ऐकशील माझं.. नको जाऊस कुठे.. इथंही काल माझा वाढदिवस होता म्हणून आलीस आणि आता न सांगताच निघाली होतीस... " ,

" काय करू सांग... सांग आजी, त्या लोकांना काहीच फरक पडत नाही.... मी असल्याचा आणि नसल्याचा ही... आधी पासूनच तशी मला वागणूक मिळत आली आई - वडिलांकडून, मग मला का वाटते त्याच्याकडे जावे असे. ",

" मग तुला ते तसं कुठंही भटकत राहणे.... ते आवडते का... " पूजा आताही शांतच बसून होती.

आजीला काळजी होती. पण पूजाची काळजी सुद्धा होती. थोडावेळ कोणी काहीच बोललं नाही. " तुझ्या आजोबांना सवय होती, असं फिरत राहायची. पाऊस नाही आवडायचा, पावसाचे चार महिने तर नुसता राग राग करायचे पावसाचा. कामावर लक्ष असायचे तरी जेव्हा सुट्टी मिळेल तेव्हा जायचे फिरायला. त्यांचीच नात तू.... रक्तातच आहे. " पूजाला छान वाटलं ऐकून ते.

" आजी.. नको थांबवू मला..... जीव घुसमटतो शहरात..... आणि आता तर सवय झाली आहे हिरव्या रंगाची... इथे एक झाडं तरी नीट दिसते का... हिरवळ तर फक्त बागेतच दिसते... श्वास घेण्यास... शुद्ध हवा तरी कुठे आहे इथे... " ,

" बरं ... कधी निघणार.. " आजीने दीर्घ श्वास घेत म्हंटल.

" आता निघत होती पण उद्या जाईन. सकाळी... तुझा निरोप घेईन... " आजीला घट्ट मिठी मारली पूजाने.

===

"बघ ..... कसं होते ते बघ ... " संजना म्हणाली. सुप्री आणि आकाशच्या चेहऱ्यावर प्रश्नचिन्ह...

" काय बोलते आहेस तू नक्की " ,

" म्हणजे तुमच्या लग्नाचे बोलते आहे रे.... त्यात फोटोग्राफी तूच करणार असशील ना... " संजना हसत म्हणाली. तसे सुप्री, आकाश दोघेही हसू लागले.

" तू पण ना संजना... म्हणून सांगतो, जास्त राहत जाऊ नकोस या येडी बरोबर... लागली ना सवय... " ,

" ओ मिस्टर A ..... लहानपणापासूनच एकत्र आहोत आम्ही... या संजू मुळेच माझ्यात वेडेपणा आला आहे.." ,

" हो का .... " ,

" हो ... ".... आकाश.

" मग काय ... हिच्यामुळे मला माझ्या घरी सुद्धा अर्ध्या डोक्याची समजतात. " संजनाच्या या वाक्यावर आकाश किती जोराने हसला.

" हो का ... तुझाच जय महाराष्ट्र... " सुप्री बोलली. आकाशला हा डायलॉग नवीन होता.

" हे काय नवीन ... ' जय महाराष्ट्र ' वगैरे... " ,

" जुना डायलॉग आहे आकाश बाबू ... कधी कधीच वापरायचा असतो तो ..." सुप्री आकाशच्या पाठीवर चापट मारत बोलली. तिघे कॉफी शॉप मध्ये बसले होते. आकाशचं आवडतं ठिकाण. अचानक त्याचे लक्ष आभाळाकडे गेलं. तुरळक अश्या काळ्या - पांढऱ्या ढगांच्या रांगा, कुठे कुठे मागे सुटलेले ढगांचे पुंजके, आकाश त्याच्याच विचारात ते बघत नकळत उभा राहिला. त्या ढगांना बघतच या दोघींपासुन चालत पुढे आला.

सुप्री - संजना त्याकडेच पाहत होत्या. संजनाला माहित होते, २ वर्षांपासून सुप्रीने त्याला कुठेच जाऊ दिले नव्हते. आधीच इतक्या मोठ्या अपघातातून आलेला आकाश, त्यामुळे सुप्री ची काळजी बरोबरच होती. तरी तीही किती वेळ त्याच्या सोबत भटकंती करायला जाणार ना... तिचाही जॉब होता. शनिवार - रविवार किंवा जोडून २-३ दिवस सुट्ट्या आल्या कि ते दोघे जायचे कुठेतरी बाहेर, आकाशच्या फोटोग्राफी साठी. नाहीतर नाहीच. आकाश नक्कीच मिस करत असणार त्याचे जुने दिवस. संजना - सुप्री कधी एकमेकींकडे बघत तर कधी समोर आभाळाकडे टक लावून बघणाऱ्या आकाश कडे.

आकाश सुद्धा कधीचा बघत होता. शांत वारा वाहत होता. त्यावर स्वार होऊन आलेल्या काळ्या ढगांनी त्याचे लक्ष वेधलं होते. दुसरीकडे नजर टाकली असता. पक्षांचा एक लहानशा थवा नजरेस पडला. " निघाले वाटते हे सुद्धा पावसाला भेटायला... एव्हाना गावात पाऊस सुरु झाला असेल ना... " स्वतःच्या मनाशीच बोलला आकाश. " जमिनीतून गवताचे इवलेसे कोंब डोकावू लागले असतील...

झऱ्याना नवीन पाणी येऊन मिळत असेल. धुक्याची चादर पडत असेल तिथे पहाटे...किंवा पावसाची वाट बघत असतील सर्व सुकलेली झाडे... मी मात्र इथे..." जरासं वाईट वाटलं त्याला.

===

सकाळी आजीला जाग आली तेव्हा ८ वाजले होते. पूजाच्या खोलीत गेली तेव्हा नव्हतीच ती तिथे. गेली असावी पूजा... असा मनाचा समज करत आजी अंगणात देवासाठी फुले आणायला आली. बघते तर अंगणात पूजाची फोटोग्राफी सुरु होती. एका कोपऱ्यात तिची सॅक ठेवली होती.

"कसले गं फोटो काढतेस... " , पूजाने आजीकडे वळून पाहिलं.

"किती सुंदर फुले आहेत तुझ्या बागेत... इतके वेळा आली तुझ्याकडे... आज पहिल्यांदाच पाहिली.. " पूजाने आणखी एक फोटो क्लीक केला. आजी तिच्या मागेच येऊन उभी राहिली.

"दर आठवड्याला येऊन बघ.... रोज आलीस तरी चालेल... जवळपास रोजच फुलतात ती.... तूच नसतेस तिथे. " पूजा काहीच बोलू शकत नव्हती यावर. " तुझे आजोबा सांगायचे.... त्यांचाही एक मोठा वाडा होता. तिथे तर केवढे मोठे अंगण होते त्यांचे. वाडा काही कारणाने गेला , सोबत अंगणही... त्याचीच आठवण म्हणून इथे हे छोटंसं अंगण उभं केलं. तरीही जुन्या आठवणी काढत बसायचे तुझे आजोबा ... " आजीने साडीचा पदर डोळ्यांना लावला. पूजाने आईचे डोळे पुसले. गालावर पटकन एक kiss केलं आणि बोलली.

"ये हिरोईन .... हसतानाच छान वाटतेस तू... रडली कि आणखी म्हातारी दिसतेस ... " आजीला हसू आलं त्यावर. " चल ... निघताना तरी निदान हसून निरोप द्यावा... चल निघते मी.... " पूजाने सॅक पाठीवर लावली.

"पुन्हा काही दर्शन तुझं ... "आजीच्या या वाक्यावर सुंदर smile दिली पूजाने. आजीला एका सलाम ठोकला . हाताने " Yo " केले. आणि निघाली.

"पूजा " ...कोणत्या शब्दात तिचे वर्णन करता येईल ते माहित नाही. दिसायला नाकी - डोळस नीटसं. हसायची छान. चेहरा हसरा होता ना तिचा. फोटोग्राफीची आवड. अशी ती. कदाचित एवढ्या छान मुलीला नजर लागू नये, म्हणून डाव्या डोळ्याखाली एक मोठा तीळ, असं काही म्हणता येईल अशी जन्मखूण . सडसडीत बांधा, चपळ, काटक... शहरी भाषेत बोलावे तर Fit and Fine.... पण शहरात न राहणारी. कॉलेजचे शिक्षण पूर्ण झालं आणि एका मोठ्या कंपनीत software engineer म्हणून जॉबला लागली. दोन वर्ष ' Routine life ' सुरु होतं तीच. अचानक काय झालं, काय माहित. " मी आता शहरात राहू शकत नाही. " असं

सणसणीत वाक्य घरच्यांवर टाकून आणि सोबत काही कपडे, काही पैसे आणि सोबतीचा मित्र ... कॅमेरा घेऊन निघून गेली..... वाट मिळेल तिथे.

==

आकाश खूपच अस्वस्थ असायचा आजकाल. चेहऱ्यावर नाराजी दिसायची त्याच्या. त्यात भरीसभर जून महिना सुरु झालेला. शहरात जरी पाऊस सुरु झालेला नसला तरी संध्याकाळी आभाळ भरुन यायचे. चलबिचल व्हायचा आकाश अगदी. सुप्रीला समजत होते ते. तरी काय करणार, तसे हे तिघे ऑफिस सुटलं कि एकत्रच निघायचे. आकाशचे ऑफिस - सुप्रीचे ऑफिस शेजारीच होते ना. त्यामुळे घरी पोहोचेपर्यंत गप्पा- टप्पा सुरूच. संजनालाही आकाश मधला फरक कळू लागला होता.

एक दिवस, संजना सुप्रीच्या घरी आली. " चल ग ..... गच्चीवर गप्पा मारू. " संजनाने घरी गेल्या गेल्या सांगितल.
" इथे बोल कि .... आमच्या घरात काय काटे टोचतात का... कि काही पर्सनल आहे .... उम्म्म्म्म !!!!! " सुप्रीने संजनाचे गाल ओढले. " येडे .... येतेस कि बोलू मोठ्याने .... थांबच ... काकी ... " सुप्रीने लगेच संजनाचे तोंड हाताने बंद केल. " चल चल ..... तुझाच जय महाराष्ट्र... " दोघी गच्चीवर आल्या. " हा बोल .... संजू.... एवढं काय होते... जे घरात बोलू शकत नव्हती. " संजनाने सुप्रीच्या समोर एक कागद धरला.
" हे काय ... " सुप्री..
" वाचता येते ना ... " संजना . सुप्री लक्षपूर्वक वाचू लागली. नंतर संजना कडे बघू लागली. " मला काय बोलायचे होते , ते कळलं असेल तुला ... " संजनाने सुप्रीच्या खांद्यावर हात ठेवला. " अगं पण ..." सुप्रीला तिने बोलायला दिलेच नाही.

" हे बघ सुप्री... आकाश कधीच समोर दाखवत नाही त्याच्या feelings , तरी सुद्धा कळतात. खूप मिस करतो आहे तो , त्याचे जुने दिवस.... आणि हि तर त्याची आवड आहे ना ... करु दे मग त्याला.. " सुप्री पुन्हा त्या पेपरकडे पाहत होती. एका photography compition चे पत्रक होते ते . " Wild photography " हा विषय. आकाशचे त्यात प्राविण्य. " तोच जिंकणार .... यात शंकाच नाही.... पण हे जिंकण्यासाठी नाही , तर त्याचा हरवलेला ' तो ' पुन्हा भेटण्यासाठी .... बघ , तिथे गेला तर तो एकटा नसेलच , बाकीचे हि असतील , म्हणजे त्याच्या सुरक्षितेची काळजी मिटली, शिवाय निसर्गात जायला मिळेल त्याला... जरा फ्रेश

होईल तोही... बघ , तिथे लिहिले हि आहे , ग्रुप मध्ये असणार आहेत सर्व स्पर्धक ... विचार कर .... जाऊ दे त्याला ... " संजना सुप्रीचा निरोप घेऊन निघून गेली.

पुढच्या दिवशी , ऑफिस सुटल्यावर नेहमी सारखे हे तिघे एकत्र निघाले. घरीच जाणार होते, वाटेत सुप्रीने थांबवलं. " आकाश ... कॉफी घेऊया का ... छान थंड हवा आहे , मूड झाला आहे माझा कॉफीचा ... " ," मूड झाला तर चलो .... " आकाश सुद्धा तयार झाला.
संजना होतीच सोबत. नेहमीच्या ठिकाणी आले. बसले थोडावेळ. यांचे टेबल सुद्धा ठरलेले. संजनाने त्यातल्या त्यात एक पुस्तक शोधून काढलं. ते वाचत बसली एका कोपऱ्यात. या दोघांना मोकळीक म्हणून. कॉफी साठी वेळ होता. आकाशचे लक्ष पुन्हा आभाळाकडे लागलं होतं. आणि सुप्री त्याच्याकडे पाहत होती. गुपचूप तिने , काल संजनाने दिलेला पेपर आकाशच्या पुढयात ठेवला. त्याचे तर अजूनही लक्ष नव्हते.

" खो .... खो ..... " सुप्रीने मुद्दाम खोकला काढला. आकाश अजूनही वरती पाहत होता. " खो .... खो ..... खो " पुन्हा सुप्रीच.

" उगाच कशाला खोकला काढते आहेस .... नाही जमत acting तुला .... येडू बाई ... " आकाश स्वतःच हसू लागला." मग बघ ना माझ्याकडे ... वर काय बघतो आहेस कधीपासूनचा.... नाही पडणार पाऊस आज ... " आणि कॉफी आली . " सर ... तुमचा पेपर बाजूला घेता का ... कॉफीचे डाग पडतील त्यावर . " वेटर बोलला तसं आकाशचे लक्ष त्या पेपरवर गेलं.
    " हे काय .... " आकाशने सुप्रीला विचारलं. " तुझ्यासाठी आहे..... " ,
" माझ्यासाठी .... अगं वेडे ... हे compition आहे ... मी कुठे कधी भाग घेतो का .. त्या मॅगजीन साठी करतो ना फोटोग्राफी... तेच खूप आहे मला ... " आकाश हसत म्हणाला.
" तरीही .... २ वर्ष झाली तुला, कुठे गेला नाहीस तू .. तुझी होणारी तगमग दिसते मला. फक्त माझ्यासाठी थांबला आहेस.. निदान या निम्मिताने जाशील तरी, तिथे खूप जण असतील ना ... एकटा ही राहणार नाहीस ... म्हणजे मला जास्त काळजी वाटणार नाही तुझी... " सुप्री बोलताना भावुक झालेली. संजनाही आली.
" हो... जा आकाश, खरच जा... स्पर्धेच्या निमिताने तरी... तुझे असे बैचेन होणे बघवत नाही, गेली २ वर्ष ... पावसाळा "कोरडाच " आहे तुझ्यासाठी.... म्हणून तुला

छान वाटावे या साठी मीच सुप्रीला सांगितलं. "आकाश सुद्धा त्या पेपर कडे पाहत होता. त्याला कसं रिऍक्ट व्हावे तेच कळत नव्हतं. बसल्या जागेवरून उठला आणि मागे जाऊन उभा राहिला. पुन्हा त्याचं लक्ष आभाळाकडे लागलं होते.

===

पूजा तिच्या ठरलेल्या जागी पोहोचली. तीच जागा ठरलेली. तिथेच भेटणार होते सगळे, यांचा ग्रुप. यांचा एक ग्रुप होता ना, १०-१५ जणांचा. त्यातले आतातरी दोघेच आलेले होते. त्यांना " Hi , Hello " करून पूजा एका बाजूला आली. पाठीवरची सॅक खाली ठेवली आणि तिथेच असलेल्या एका कठड्यावर बसली. थोडावेळ गेला.

" भौ.... " मागून अचानक आवाज आला. केवढ्याने दचकली पूजा. मागे बघते ते ' हि ' ....

" तुला ना .... आता बघते थांब ... " पूजा मागेच पळाली तिच्या.

" wait !! wait !! थांब .... थांब .... " ती पूजाला थांबवत म्हणाली.

" करशील ..... करशील पुन्हा असं... " पूजा तिला गुदगुल्या करू लागली.

" प्रॉमिस ... प्रॉमिस .... ना ... नाही करणार पुन्हा ... " 'तिने ' पूजा समोर हात जोडले. पूजाने मिठीच मारली तिला.

" कुठे गेलेली ... " ,

" पप्पा - मम्मी ला भेटून आली... गेल्या वर्षी भेटली होती. मग आठवण आली तशी गेली.. तुला विचारत होते. यायला पाहिजे होते तू ... " पूजा काहीच बोलली नाही.

"ती" .... ती म्हणजे कादंबरी. खरं नाव तर वेगळेच होते. तरी तिला कादंबरी हेच नावं पसंत होते. पूजाची घट्ट मैत्रिण. गेल्या ४-५ वर्षांपासूनची मैत्री. बडबडी, फिरायची आवड, फोटोग्राफी, निसर्गाची आवड. या सर्व गोष्टी आणि शहरी जीवनाचा आलेला कंटाळा. त्यात पूजाची ओळख. झाली मैत्री दोघींमध्ये. या दोघी कश्या भेटल्या..... एकाच 'ग्रुप' मध्ये होत्या दोघी. पूजाने शहर सोडल्यापासून , तिचे हेच सवंगडी , आणि हाच ग्रुप.. "जिप्सी " लोकांचा ग्रुप. भटकत राहायचे कुठे कुठे, लागली तर लोकांना मदत करायचे, पण शहरात नाही. निसर्गाचा आनंद लुटायचे. या ग्रुप मध्ये असेच सगळे होते, ज्यांना शहरी जीवनाचा कंटाळा आलेला. कादंबरीही तशीच होती. प्रत्येक क्षणाचा आनंद लुटायची. ते धावपळीचे जीवन,

सततचे टेन्शन, कादंबरीला पसंत नव्हतेच. घरी कोणीचं नाही. थांबवायला , अडवायला कोणीच नाही. निघाली एक दिवस. आणि वाटेत पूजा भेटली. लगेचच ओळख आणि काही दिवसात मैत्री. तशीच होती कादंबरी. पुजाशी छान जमायचं तीच. इतकं कि पूजाच्या आई - वडिलांशी , कादंबरी स्वतःचे आई-वडील असल्या सारखं वागायची. पूजा मात्र त्यांच्याकडे जाळे टाळायची. आताही , कादंबरी पूजाच्या घरूनच आली होती.

" आठवण येतं नाही का तुला आईची.... " कादंबरीने पूजाला विचारलं. चहा पीत बसल्या होत्या दोघी. अजूनही त्यांच्या ग्रुप मधले काही यायचे होते. हा यांचा ग्रुप. अगदी सगळेच शहरातले होते असे नाही. तरी वर्षातून एक - दोनदा फेरी असायची या सगळ्यांची. कुटुंबाला भेटण्यासाठी, जुने मित्र - मैत्रीणी सोबत काही क्षण घालवण्यासाठी आणि काहींना..... जे शहरातले नव्हते, ते फक्त शहरी जीवन काही काळ जगण्यासाठी येत. त्यासाठीच आता हा ग्रुप आलेला शहरात. पूजाने चहाचा एक घोट घेतला. जमलेल्या वर नजर टाकली.

" नाही येत आठवण, आठवणी काढून तरी काय करू.... नकोशा असतात त्यांच्या सोबतच्या आठवणी. " पुन्हा तिने कादंबरी कडे नजर टाकली. " तू आलीस ना भेटून ... झालं ... " पूजाने चहा संपवला.
    " त्याची तरी आठवण येते का... " कादंबरी चहा पिता पिता विचारत होती. त्या प्रश्नावर मात्र पूजा थांबली.
" तो .... तो कुठे असतो तेच माहित नाही. हा , त्याची म्हणालीस तर येते आठवण... " ,

" आणि त्याला ..... त्याला येतं असेल का तुझी आठवण. " कादंबरीच्या त्या प्रश्नावर हसली पूजा.
    " तेही माहित नाही.... त्याला आठवणी आवडायच्या नाहीत. बोलायचा, आठवणी काढूच नये कधी, त्यांचा त्रासच जास्त होतो. कदाचित, पुढे कधी आमची भेट झालीच , तर त्याला मी आठवेन कि नाही ते सुद्धा माहित नाही. " पूजा बोलता बोलता जरा पुढे आली. दुपार होतं होती, तरी दुपारचे ऊन असे नव्हते. मळभ आलेलं आभाळात. वाराही होता हलकासा. पूजा ते अनुभवत होती. " तो बोलल्याचा आठवणी बद्दल विचारलं तर.... आठवणींचे असे गर्द रान असते, दाटी-वाटी केलेल्या आठवणींचे घनदाट जंगल.... त्यात हरवून गेलं कि माणूस

स्वतःला विसरतो... म्हणून दुरूनच बघायचे असे आठवणींचे गर्द रान... "

==

आकाश त्याच्या घरी तयारी करत होता निघायची. २ वर्षांनी तो कुठेतरी भटकायला निघाला होता. संध्याकाळ होतं होती. आकाशला काही आठवलं. तसा तो गच्चीवर आला. एक वेगळंच फीलिंग होतं होते त्याला. जून महिन्याची सुरुवात.... अगदी मुहूर्त काढावा तसा निघालो आहे मी. माझ्या मित्रांना भेटायला. आकाश मनोमन खुश होतं होता. वेगळाच प्रवास सुरु होईल आपला.

==

" त्याचं नाव का सांगत नाही कधी...... सारखं सारखं ‘ तो.....’ ... नाव सांग कि त्याचं. " कादंबरी मागेच लागली पूजाच्या. पुजाचं लक्ष तिच्या ग्रुप कडे होतं. अजूनही २ जण यायचे बाकी होते. कादंबरीच्या या प्रश्नाचे उत्तर पूजाने दिलं नाही.

" बरं, राहू दे... मला का सांगशील तू... मी कुठे bestie आहे तुझी... " कादंबरीने उगाचच रुसण्याचे नाटक केलं. " नौटंकी.... खूप करतेस हा तू... तुला blogger पेक्षा actor व्हायला पाहिजे होते... बरोबर ना ... " पूजाने कादंबरीचे नाक ओढले.

पूजा आणि कादंबरी जरी भटकत असल्या तरी उपजीविकेसाठी आणि रोजच्या , नित्याच्या वस्तू , कपडे यासाठी पैसे लागणारच. " Travel blog " लिहायची आयडिया कादंबरीची. actually, लिहिणारी पूजाच. पूजा अगदी लहानपणासूनच छान लिहायची. अक्षर तर मोत्याचे दाणे, कविताही करायची कधी. हा ग्रुप भारतात जिथे जिथे जाईल, त्या जागेची माहिती पूजा , एका वेगळ्याच , म्हणालं तर काळजाला हात घालणाऱ्या शब्दात लिहून काढायची. त्या जागेचे फोटो रूपात दर्शन घडवायची ते कादंबरी. असा दोघींचा मिळून एक "Travel blog " बनला. एका नामांकित ‘ TV channel ’ ला त्यांचा ब्लॉग आवडला आणि झालं सुरु. प्रत्येक महिन्याला एका जागेची माहिती , फोटोसहित या दोघी ब्लॉग वर पोस्ट करायच्या आणि त्या चॅनलला देयाच्या. त्यासाठी, शहरात यायची गरज नव्हती, त्यांनीच लॅपटॉप आणि वायफाय ची सोय केलेली होती. असतील तिथूनच या माहिती , फोटो पाठवून देयाच्या. ठरलेली रक्कम , सांगिलेल्या बँक अकाऊंट मध्ये ट्रांसफर केली जायची. एकंदरीत हे सर्वच छान सुरू होते, आणि त्या दोघीही खुश होत्या , त्या ग्रुप सोबत.
कादंबरीच्या प्रश्नाचे उत्तर अजूनही पूजाने दिलं नव्हते.

" ठीक आहे सांगते... पण जरासेच सांगेन , कारण तो आठवणीत आहे ना माझ्या .... त्याच्या आठवणी फक्त आणि फक्त माझ्यासाठीच राखून ठेवल्या आहेत मी. " पूजा भारावून बोलत होती.

" बर बाबा, राहू दे तुझ्याकडेच ' तो ' ... " कादंबरीने हात जोडले. पूजाने तिच्या डोक्यावर टपली मारली. आता ग्रुपचे उरलेले आले होते. यांची एक बस ठरलेली होती. ती बस आली तसे सारेच त्या बस मध्ये जाऊन बसले. एका ठराविक ठिकाणी सोडून बस तिच्या मार्गाने पुढे जाणार होती. पूजा-कादंबरी एकत्रच बसल्या. कादंबरीला झोप आलेली. पूजाच्या खांद्यावर डोकं ठेवून बसली. बस सुरु झाली. पूजा मात्र खिडकीतून बाहेर पाहत होती. दुपारचे काम संपवून सूर्यदेव विश्रांती साठी निघाले होते. संध्याकाळ त्याचीच वाट बघत होती. उन्ह परतू लागली होती. झाडे झोपायची तयारी करत होती. सांजवेळ झालेली. शहरातले उरले - सुरलेले पक्षी घराकडे परतत होते. पण पूजाचे लक्ष, आभाळात भरकटलेल्या काळ्या ढगांकडे होते. जास्त नसले तरी दिसून येतं होते. पूजाला बरं वाटलं.

" तो ना.. असाच अंदाज लावायचा पावसाचा. आणि अगदी बरोबर असायचा त्याचा अंदाज..... अश्या या ढगांना बघून ना... छान हसायचा..... काय आनंद होयाचा त्याला काय माहित...... त्याचंही कुटूंब होतं शहरात, माणसं नाही आवडायची त्याला.... निसर्गात जास्त रमायचा..... सतत भटकत राहायचा..... ",

" प्रेम होतं का तुझं.... त्याच्यावर... " कादंबरीने डोळे न उघडताच पुढला प्रश्न केला. पूजा अजूनही बाहेरच बघत होती.

" प्रेम म्हणता येणार नाही... प्रत्येक वेळेला प्रेमाचाच का आधार असावा ... एखाद्या नात्याला,......... त्याचं आणि माझं नातं असंच काहीसं वेगळं होतं. त्या वेगळ्या नात्याने एकत्र होतो आम्ही. कधी बहीण व्हायचा तो, कधी आई, कधी वडील, आजोबा, आजी, मित्र.... कधी कधी पाऊसच वाटायचा तो.... वाटाड्या होता.. कधीच वाट चुकला नाही, मलाही माझी वाट दाखवून निघून गेला. " कादंबरी ऐकता ऐकता झोपी गेली. शहर एव्हाना मागे पडत चाललं होते. काळोखाचे साम्राज्य पसरत होते. पावसाच्या ढगांमुळे हवेत आलेला ओलसर थंडावा, खिडकीतून आत येतं पूजाचे केस उडवत होता. पूजाने हळूच बसमध्ये नजर फिरवली. दमले, भागलेले जीव शांत झोपी गेलेले. पूजा पुन्हा तिच्या

विचारात गढून गेली. आणि आठवणींच्या गर्द रानात हरवून गेली.

===

रात्रभर आकाशला झोप लागली नाही. कधी एकदा सकाळ होते असं वाटतं होते त्याला. सकाळ झाली आणि तो निघाला. आई-वडिलांचा निरोप घेतला आणि चालतच निघाला. photography compition मध्ये भाग घेण्यासाठी निघाला होता ना, त्यांच्या अटीनुसार , एका विशिष्ठ ठिकाणी , आधी सर्वांनी जमायचे होते. आकाश तिथेच निघाला होता. रेल्वे स्टेशन वर आला. घड्याळात पाहिले तर सकाळचे ६ वाजत होते. कपाळाला हात मारला त्याने. गाडी ८ वाजताची आणि आलो २ तास आधीच. स्वतःशीच हसला आकाश. एवढ्या लवकर कोण येते स्टेशनला. काय करावे, घरी जाऊ का पुन्हा... नको. एका रिकाम्या बेंचवर डोकं ठेऊन शांत डोळे मिटून बसला. कधी झोप लागली कळलंच नाही.

" ओ काका ... उठा ... उठा .... गाडी आली तुमची... " आवाज ऐकून खडबडून जागा झाला आकाश. बघतो तो सुप्री समोर.

" गेली कि काय ट्रेन... " आकाश डोळे चोळत आजूबाजूला बघू लागला. " वाजले किती ? " सुप्री -संजना तिथेच उभ्या. आकाशने घड्याळात पाहिलं. ७ वाजले होते. म्हणजे अजूनही एक तास बाकी आहे गाडी यायला.

" तुम्ही कधी आलात ... " ,

" तुझा मोबाईल कुठे आहे ते सांग आधी... " सुप्री रागात बोलत होती जरा.

" का .... काय झालं... " आकाशने त्याच्या बॅग मधून मोबाईल बाहेर काढला. ३० मिस कॉल....

" सॉरी .... !! मी बघितलाच नाही मोबाईल... " आकाशने कान पकडले.

" पूजा तरी घालूया त्या मोबाईलची... निदान त्याला तरी शांती लाभेल .... " ....सुप्री.

" सॉरी ना ... रागावू नकोस .... येडू .... " आकाशने सुप्रीला मिठी मारली.

" काही कळते कि नाही तुला... किती टेन्शन मध्ये आम्ही दोघी. " आता संजना ओरडत होती.

" का ? " ,

" का म्हणजे... किती कॉल लावले. काहीच रिप्लाय नाही.... घरी गेलो तर कळलं निघालास कधीच... मग विचार केला... तू इथेच असणार.... इथे बघितलं तर झोपला आहेस आरामात... " ,

" अगं ते .... excitement मध्ये लवकर आलो... " बोलत असतानाच अचानक थंड हवेची झुळूक आली. उन्हाळ्याची गर्मी अजूनही बघावं तशी ओसरली नव्हती. त्यामुळे या इतक्याशया थंड हवेने तिघेही शहारले. " मला ना ..... कळतच नाही काय करतो आहे ते... काल रात्रभर झोपलो नाही... ",

" का रे ... " , सुप्रीने विचारलं.

" दोन वर्ष.... दोन वर्ष झाली , मी कुठे गेलोच नाही. " बोलता बोलता आकाश पुन्हा त्या बेंच वर बसला. त्याच्या बाजूला या दोघी.

" खूप मिस केलंस का ... " सुप्रीने विचारलं.

हसतच आकाशने सुप्रीकडे पाहिलं.

" मिस केलं ? .... श्वास होता तो माझा, निसर्ग... शहरात तसही मला जमायचं नाही. २ वर्ष कशी काढली ते मलाच माहित.... ",

" मग बोलायचं ना मला ..... वेडा कुठला... " ....सुप्री .

" कसं बोलणार्... तेवढी हिंमत झाली नाही कधी... तुला वाईट वाटलं असतं, आणि उगाचच कोणाला दुखवायला आवडत नाही मला... " सुप्रीने आकाशचा हात हातात घेतला.

" बघ ना .... आता कसं वाटते, एकदम जुने दिवस आठवले.... जेव्हा मी नव्याने भटकंती सुरु केलेली.... किती वर्ष मागे गेलो मी .... क्षणात ... " यावर मात्र सुप्री बोलली.

" तू नक्की आकाशच आहेस ना .. मला तर बोलतोस ... आठवणी काढू नये... आणि आता स्वतःच जुनं आठवत बसला आहेस .. "

" काय आहे ना ... माझ्याही आहेत काही आठवणी... फक्त मी कधी त्या व्यक्त करत नाही. या दोन वर्षात ... आठवणीवरच तर होतो मी.. आठवायाचे मला ते गड - किल्ले .... डोंगराच्या रांगा..... कडे-कपारी... दऱ्या.. पावसाने ओथंबलेले ढग.... उंचावरुन कोसळणारे झरे.. असा सुस्साट वारा... झाडाच्या पानांची सळसळ .... पक्षांचे थवेच्या थवे.... ती विजांची काळ्या आभाळात होणारी नक्षी..... होणार कडकडाट..... असा अंगभर शहारा आणणारा बोचरा वारा... " आकाश कसा अगदी भरभरून बोलत होता.

" कधी कधी तर असा भास व्हायचा.... आपण कुठंतरी उंच ठिकाणी उभे आहोत... आपण म्हणजे मी एकटाच , बरं का .... समोर नजर जाईल तीत पर्यंत पसरलेलं

फेसाळणाऱ्या नदीचं पात्र... उधाणलेला वारा... त्यात मुसळधार पाऊस... हे सर्व बघत असतो मी आणि एका क्षणाला मी स्वतःला झोकून देतो त्या पाण्यात... उंचावरून खाली येतं असतो मी , आजूबाजूला वरून कोसळणाऱ्या झऱ्यांचे पांढरे शुभ्र पाणी.... सोबत पाऊस तर असतोच... वाराही येतो मग साथीला.. आणि एकदम आम्ही तिघे त्या थंड पाण्यात खोल डुबकी मारतो.... हे असं व्हायचं मला... कधी कधी तर सकाळी उठलो कि डोळ्यासमोर एखादा हिरवा कंच डोंगर शोधायचो... नजरेसमोरून एखादा मोठ्ठा पक्ष्यांचा थवा जातो का त्याची वाट पाहायचो... किंवा ते शाळेत लहान मुले कशी रांग लावतात तशीच ढगांची रांग दिसते का ते बघायचो..... नंतर कळायचे.. आपण घरात बेडवर आहोत.. तुम्हाला हे सर्व विचित्र वाटेल. म्हणजे असे काही वेगळेच भास होयाचे मला... तुला कळलं असेलच .... मी या क्षणाची किती वाट पाहिली .... आजच्या दिवसाची..." सुप्रीच्या डोळ्यात सुद्धा आभाळ भरून येतं होते. " ये वेडा बाई .... इतकं इमोशनल नाही व्हायचे... वेडी कुठली.. " आकाशने पुन्हा तिच्या डोक्यावर टपली मारली.

" किती साठवून ठेवलं होते तू .... " संजनाही डोळे पुसत म्हणाली.

" काही नाही ग ... जुने दिवस आठवले... मी जेव्हा निघालो होतो ना .... एकटाच .... तेव्हा , पहिल्यांदा निघालो तेव्हा हेच स्टेशन होते. असाच निघालो होतो.... फक्त आई आलेली निरोप देयाला ... जश्या तुम्ही दोघी आला आहात... " बोलता बोलता आकाशची ट्रेन आली.

" बघ ... वेळ कसा निघून गेला... सुप्री, बोललो ना आठवणी काढू नयेत ... हे आठवणींचे गर्द रान असते .... त्यात गेलो कि हरवून जातो आपण .... " सामान घेऊन आकाश गाडीत जाऊन बसला. खिडकीजवळच त्याची सीट होती. गाडी सुरु होईल म्हणून या दोघी बाहेरच थांबल्या. आकाश खिडकीजवळ येऊन बसला. या दोघीकडे पाहत होता.

" बरं ... १०-१५ दिवस ती स्पर्धा आहे... तेवढेच दिवस राहायचे तिथे... संपले कि लगेच घरी.... आणि मोबाईल.... त्याचा वापर बोलण्यासाठी करतात माणसं. उगाच खेळणे म्हणून दिला नाही आहे तो. त्याचा वापर कर... मी करतच राहीन फोन.... फोन उचल ... समजलं ना ... " सुप्रीच्या सूचना....

" हो हो ... माझी आई.. आहे सर्व लक्षात... विसरू नकोस हा मला... " आकाश हसला स्वतःच्या वाक्यावरच..

" हो का .... तुमचाच जय महाराष्ट्र.... " सुप्रीच्या या वाक्यावर तिघेही हसले.

गाडी सुरु झाली हळूहळू... " काळजी घे ... फोन करत राहा.... पोहोचला कि फोन कर .... " सुप्रीचं सुरूच.... गाडीने वेग पकडला. आकाश, सुप्री डोळ्याआड होई पर्यंत तिला बघत होता. निरोप घेताना सुप्री- संजना भावुक झालेल्या. गाडीने स्टेशन सोडले आणि finally, दोन वर्षांपासून कुठेतरी भावनांच्या बंधनात थांबलेला आकाशचा प्रवास सुरु झाला.

===

पूजा - कादंबरीचा ग्रुप त्यांच्या ठरलेल्या ठिकाणी पोहोचला. सर्वच त्या बसच्या प्रवासाने थकलेले होते. जमलेल्या ठिकाणीच कुठेतरी जवळपास आज वस्ती करून पुढे वाटचाल करावी , असं सगळ्यांचे ठरले. कादंबरीने कॅमेरा बाहेर काढला आणि " क्लिक क्लीक " सुरु झाले. पूजा आणि तिच्या सहकाऱ्यांनी एक छान जागा निवडली. आणि तंबू लावायला सुरुवात केली. कादंबरी आपल्याच विश्वात.... फोटो काढत. खूप वेळाने तिला आठवलं कि आपल्याला हि त्यांना मदत करायला हवी. तशी घाईघाईत मदत करायला पळाली. काही वेळातच काम झाले. मग उरलेले जेवणाची तयारी करायला लागले. जिप्सीच होते ते... मिळेल त्यात आनंद.... पण यावेळेस सर्वांनीच काही ना काही आणले होते शहरातून. तेच खाऊन सगळे आराम करू लागले. सर्वांच्या शहरातल्या गप्पा - गोष्टी सुरु झाल्या. पूजा मात्र एकटीच या सर्वांपासुन वेगळी बसली होती. कुठेतरी एकटक पाहत होती. कादंबरी येऊन बसली तिच्या शेजारी. " दमली वाटते माणसं .. " तिच्या त्या डायलॉग वर पूजाने फक्त एक छानशी smile दिली. " पू .... काय झालं .... इतकी शांत का... " ," असंच ... समोर बघ... " पूजाने कादंबरीला समोर बघायला सांगितलं.

समोर मोकळी जागा होती. तिथून खाली एक गाव दिसत होते. भर दुपारी सुद्धा तिथे सावली होती. पाऊस सुरु झालेला नसला तरी एखादा वाट विसरलेला ढग ... पाण्याचा शिडकावा करून जायचा. त्यामुळे उन्हाळ्यात रखरखीत झालेल्या जमिनीला थोडासा दिलासा मिळायचा. गवताचे कोंब वर येऊ लागले होते. त्यामुळे थोडी सुकलेली जमीन आता हळूहळू हिरवा रंग धारण करू पाहत होती. गाव सुरेखच होते, तिथे शहरीपणा रुजू होतं होता. तरी निसर्गाने आपले अस्तित्व

टिकवून ठेवले होते. झाडांनाही चाहूल लागलेली पावसाची. एकंदरीत सर्वच तयार होते पावसाला.

कादंबरीने फोटो काढला. " पावसाचा गंध दाटला आहे ना अवती भवती ... आभाळात सुद्धा आहे त्याचे अस्तित्व... काही दिवसांनी स्वतःच अवतरेल... " पूजा एकटीच बडबडत होती.

" कसलं भारी बोलतेस तू... हे लिहिणार आहेस का कुठे ब्लॉग मध्ये.. " कादंबरीने विचारलं.

" नाही ग ... तो बोलायचं असं ... त्याचे शब्द आहेत हे .... मला त्याचं असं बोलणं खूप आवडायचं... जास्त कोणाशी बोलायचा नाही तो... स्वतः मधेच असायचा तो. पण असे आभाळ भरून आलं ना ... कि कवी - लेखक बनायचा. आणि असंच छान छान बडबडत राहायचा. जवळची माणसं होती त्याची... परंतु त्याचा एकच सोबती.... त्याचा कॅमेरा.. हे फोटो , कॅमेरा .... त्याच्याकडून आलं ते वेडं ... " पूजा हसत होती बोलताना. कादंबरी तर तिच्या चेहऱ्याकडेच पाहत होती.

" किती वर्ष झाली त्याला शेवटचं भेटली होतीस... " कादंबरीचा प्रश्न.

" ५ वर्ष... तू भेटलीस ना... त्याच्या थोडे आधी... म्हणजे कसं झालं माहित आहे... तो वेगळ्या वाटेने गेला. हा आपला ग्रुप आणि मी , वेगळ्या वाटेने... त्यानंतर बरोबर २ दिवसांनी तुझी भेट झाली. " पूजाने तिच्या खांद्यावर हात ठेवला.

" तुला माहित आहे .. मी किती लकी आहे ते.... " कादंबरी म्हणाली.

" का ग ... " पूजाचा प्रतिप्रश्न.

" मला ना.... life मध्ये खूप चांगली चांगली माणसं भेटली. नेहमीच .... देवाकडे न मागताच... म्हणून मी देवाकडे काहीच मागत नाही कधी... पण .... ' त्याची ' एकदा तरी पुन्हा भेट व्हावी, असं मी मागते देवाकडे ... तुझ्यासाठी.... ",

" लाडाची बाय माझी ती .... " पूजाने तिचा गालगुच्चा घेतला. दोघीही हसू लागल्या.

===

आकाश तसाही रात्रभर झोपला नव्हता. ट्रेन मध्ये झोप लागली. ट्रेन थांबली तेव्हा जागा झाला. स्टेशन ओळखीचे. आधीही किती तरी वेळा तो निघायचा आणि इथेच

उतरायचा. याच स्टेशन वरून भटकंती सुरु व्हायची. पण आता फरक होता. दोन वर्षांपासून थांबवलेलं त्याने स्वतःला. दीर्घ श्वास घेतला आकाशने. थोडंसं पुढे चालत आला. पावसाळा ऋतू सुरु व्हायला अवधी आहे अजून. त्यामुळे अजूनही काही करडा रंग डोंगरांवर रेंगाळत आहे. थोड्या दिवसांनी त्यालाही माघार घ्यावी लागेल. हिरव्या रंगाची भूल पडेल सर्वांना. आकाश आजूबाजूला निरीक्षण करत पुढे जात होता. चालता चालता एका माळरानावर पोहोचला. पुढे फक्त आणि फक्त , डोंगरांच्या रांगा दिसत होत्या. उभ्या असलेल्या जागेवरून एक वाट ती स्पर्धा होती, त्याच्या कॅम्प कडे जात होती. आणि दुसरी वाट , त्या निसर्ग सौंदर्याकडे.... आकाशने खाली वाकून त्या ओल्या मातीला हात लावला. आजचं भल्या पहाटे थोडा शिडकावा झाला असावा पावसाचा....ती ओली माती त्याने हातात उचलून घेतली आणि मन भरून मातीचा गंध मनात भरून घेतला. इतके दिवस दूर होता ना तो .. या सर्वांपासून.... आणि आज समोर इतकं भरभरून निसर्ग सौंदर्य... टचकन पाणी आलं त्याच्या डोळ्यातून.... हातातली माती त्याने कपाळाला लावली. एक नजर त्याने कॅम्प कडे जाणाऱ्या वाटेकडे टाकली. छान हसू आलं त्याच्या चेहऱ्यावर. आठवणी सुद्धा दाटून आलेल्या त्याच्या. गड - किल्ले, डोंगर , कडे - कपारी... त्याचे मित्र त्याला बोलवत होते. दुसऱ्या हातात असलेला तो स्पर्धेचा कागद, त्याकडे त्याने हसून पाहिलं. आणि पुन्हा त्याच्या पाठीवरच्या सॅक मध्ये टाकला. डोळ्यात साठवलेल्या आठवणी सहित निघाला दुसऱ्या वाटेने.... त्याच्या मित्रांना भेटायला...

==

कुठेतरी चिमण्यांचा कलकलाट होतं होता. दुरुनच येतं होता आवाज, मधूनच कोकीळ त्याचे मधुर स्वर काढत होता. वाऱ्याचा अगदी मंद असा " सू ... सू ... " आवाज, झाडाच्या पानांची मग प्रचंड सळसळ करी. अंग शहारून जायचे. थंडावा तर आहेच. आकाश हे सर्व डोळे मिटून अनुभवत होता. कदाचित स्वप्न असावे , डोळे उघडले तर संपून जायचे. पण तसे काही होणार नव्हते. कारण ..... कारण तो जे डोळे मिटून अनुभवत होता , ते प्रत्यक्षात त्याच्या आजूबाजूला घडत होते.

आकाश सकाळपासून त्या माळरानावर लोळत पडलेला. काय माहित कसला आनंद झालेला त्याला. घड्याळात पाहिलं शेवटी त्याने. किती वेळ झोपून होतो... कळलंच नाही. घड्याळात दुपारचे १२ वाजले होते. अरेच्या !! कसा वेळ गेला ना भुर्रकन. उठून उभा राहिला. कपड्यांना सगळी लाल माती. आकाशने स्वतःवर नजर फिरवली. काय तो अवतार झाला आहे माझा. सुप्री असती तर ओरडली असती. स्वतःशीच हसला. दुपार झाली तरी ऊन कसे नाही. असा क्षणिक विचार

आला त्याच्या मनात. पुढे जाऊ.. पण त्याआधी हि लाल माती साफ करूया का .. असाही विचार केला. राहू दे ... मातीच तर आहे, म्हणत बॅग पाठीवर लावली आणि पुढे असलेल्या एका लहानश्या डोंगरावर नजर गेली. तिथे जाऊन आजूबाजूला काय आहे ते पाहू आणि पुढचा रस्ता ठरवू , म्हणत निघाला आकाश.

पुढच्या अर्ध्या-पाऊण तासात पोहोचला त्याच्या शिखरावर. आभाळच भरलेले असल्याने सूर्यदेवाचे दर्शन कसे होणार. आकाश सभोवताली असलेल्या निसर्गाचे दर्शन घेऊ लागला. समोर दोन सुळके , म्हणजे आकाश उभा असलेल्या छोटा डोंगर, त्यामानाने मोठे. एक सुळका तर काळ्या ढगांनी आच्छ्यादित होता, जणू काही बुरखा परिधान केलेला .... किंवा म्हणावे तर काळ्या रंगाची जाड गोधडी अंगावर घेऊन भर दुपारीच गाढ झोपलेले महाशय. दुसऱ्या सुळक्याला त्याची काही पर्वा नसावी. त्याच्या माथ्यावर काही उगीचच रेंगाळलेले ढग आराम करत होते. त्याच्या पायथ्याशी असलेले , दगडातून कोरून काढलेले मंदिर स्पष्ट दिसत होते. भाविकांची गर्दी वगैरे असे काही नसले तरी , काही डोकी निवांत बसलेली दिसत होती आकाशला. वर आभाळात दूरवर मोठ्या काळ्या ढगांची गर्दी मात्र होताना दिसत होती. त्यासोबत वाऱ्यानेही आता वेग पकडला होता. पावसाळा अजून सुरु झाला नाही. हे ढग फक्त त्याच्या आगमनाची तयारी करत आहेत. हे आकाशला माहित होते. पुढच्या १ तासात पाऊस इथे येईल, असा प्राथमिक अंदाज आकाशने लावला. त्याआधी एक जागा बघून आपला तंबू उभा करू, असं मनात म्हणत आकाश खाली असलेल्या गावाकडे निघाला.

===

" मॅडमजी कुठल्या विचारात आहात .... " कादंबरीने पूजाला आवाज दिला, तशी ती भानावर आली. पूजा आज पहिल्यांदा इतकी शांत बसली होती.

" काही नाही .... असंच " पूजाने उत्तर दिलं.

" नाही... कुछ तो बात है .... एवढी शांत कधीच नव्हती तू ... सांग काय झालं " कादंबरी तर मागेच लागली. पूजाने तिच्याकडे बघत दीर्घ श्वास घेतला.

" पुढच्या प्रवासाचा विचार करत होती. " ,

" त्यात काय विचार .... आपलं तर ठरलेलं आहे ना कुठे जायचे ते... मग ?? " ,

" तस नाही ग ... बबडे ... " पूजाने कादंबरीचा गालगुच्चा घेतला . गळ्यात हात टाकून बसली तिच्या.

" यावेळेस काहीतरी वेगळा प्लॅन केलेला आहेस वाटते... " कादंबरीने पुन्हा विचारलं.

" सांगीन ... आजचा दिवस तरी कुठे जाणार नाही.. so , जेव्हा निघू ... तेव्हाच सांगीन कुठे निघालो आहोत तर ... " पूजाच्या या वाक्यावर कादंबरीने जीभ बाहेर काढत वेडावून दाखवलं. आणि कॅमेरा सावरत निघून गेली फोटो क्लीक करायला.

===

" सुप्रिया ... मला तुझे वागणे पटलेले नाही .... जॉब का सोडते आहेस... " सुप्रीच्या सरांनी तिला विचारलं.

" सर काही पर्सनल कारणे आहेत.. " ,

" मला माहित आहे, आकाश गेला आहे पुन्हा फोटोग्राफी साठी " सुप्रीने मानेनेच ' हो ' म्हंटले. " बघ , मला कळते तुला काय वाटतं असेल ते . तुला त्याची काळजी वाटणे सहाजिकच आहे. तुलाही त्याच्या सोबत राहावे असेच वाटतं असणार. तरी त्यासाठी जॉब सोडणे हा मार्ग नाही ना.... तू पाहिजे तर सुट्टी घे , तुझ्या सुट्ट्या हि बाकी आहेत खूप... १०-१५ दिवस सुट्टी घे पण जॉब नको सोडूस.. कारण तुझ्यासारखी माणसं भेटत नाही आता, त्यामुळे विचार कर. तुला जॉब सोडायला तर देणार नाही मी. ... " सुप्री नाईलाजाने सरांच्या केबिनमधून बाहेर आली.

संजना तिची वाट बघत होती. " काय गं .. सरांनी कशाला बोलवलं होते. " ,

" सरांनी नाही... मीच गेले होते. " ,

" का गं " ,

" जॉब सो...... डा...... य...... चा...... वि...... चा...... र...... " सुप्रीने संजनाला सांगितले नव्हते काही.

" काय वेडी-बिडी झालीस का तू .... जॉब का सोडतेस आणि मला सांगावेसे वाटते नाही तुला .... बावळट .. मूर्ख... " संजना तापली.

" बघ रे गणू ... गरिबाला किती बोलतात सगळे... " सुप्री एवढंसं तोंड करून बोलली.

" अगं पण आधी मला तरी सांगायचे ना ... जॉब का सोडतेस .... " सुप्री गप्पच
.

" आकाश गेला म्हणून ... " सुप्रीने यावर पुन्हा मान हलवली. तशी संजनाने सुप्रीच्या डोक्यावर टपली मारली.

" मंद ..... त्यादिवशी एवढे समजावून सांगितलं तुला... आकाशने सुद्धा मन मोकळे केले ना.. किती दिवस तो तरी दूर राहणार त्या निसर्गापासून ... जाऊ दे ना थोडे दिवस तरी... " ,

" त्याच्या जवळच चालली होती... " ,

" राहू दे एकटे जरा त्याला... आता नाही गेला तर लगेच निघाली मागून त्याच्या ... " ,

" अगं पण .... " ,

" आहेत ना इतके लोकं त्याच्या सोबत तिथे ... त्या कॅम्प मध्ये मस्त फोटोग्राफी करत असेल.. कशाला काळजी करतेस... " ,

" तेच तर... " सुप्रीने आजूबाजूला पाहिलं. " चल बाहेर ... सांगते... " सुप्री संजनाला बाहेर खेचत घेऊन आली.

" काय झालं एवढं... " ,

" अगं आकाश ... आकाश .... " ,

" हो... माहित आहे... तो फोटोग्राफीच्या स्पर्धेसाठी त्या कॅम्पला गेला आहे ना.. " ,

" तेच तर सांगायचे होते तुला , आज ३ दिवस झाले ना... आकाशला तिथे जाऊन... त्याने तिथे पोहोचल्यावर कॉल केला नाही. म्हणून मीच काल त्याला कॉल लावला. range मध्ये नव्हता म्हणून लागला नाही. तर मी त्या कॅम्पच्या आयोजकांना कॉल केला. त्यांनी सांगितलं आकाश नावाचा कोणी आलाच नाही तिथे. पैसे भरून सुद्धा तो गेला नाही तिथे. त्यानंतर लगेचच आकाश चा मेसेज आला कि पोहोचलो. आता तो कुठे गेला ते त्यालाच माहित. पुन्हा भटकंती करायला गेला एकटा ... त्यासाठीच त्याला एकटे सोडत नव्हते मी .. " सुप्रीचे बोलणे ऐकून संजना सुद्धा काळजीत पडली.

" नक्की कुठे गेला .... " संजनाचा प्रश्न.

" आता मला माहित असते तर .. " सुप्री बोलली.

" म्हणून चालली आहेस का त्याला शोधायला... कुठे शोधणार सांग .... " संजनाच्या या प्रश्नावर सुप्रीला प्रश्न पडला.

" तिथे जाऊन बघायचे ना ... " ,

" असो ... सर काय बोलले मग... जॉब सोडला का तू ... मी काय करू इथे तुझ्याशिवाय ..." संजना भावुक झाली.

" बघ रे गणू... जरा बुद्धी दे येडूला... सर ऐकत नाहीत. बोलले , हवी तर सुट्टी घे. जॉब नको सोडूस. तुझ्यासारखी माणसं भेटत नाहीत आता.. असं बोलले. " ,

" हा ... हे खरं .. तुझ्यासारखी अर्धी डोक्याची माणसं कुठे भेटतात आता ... अगदी बरोबर बोलले सर.. " संजना हसत म्हणाली.

" बघ रे गणू .... किती दुष्ट असतात माणसं ... गरीब आहे ना मी... काय करणार. " संजनाने सुप्रीला मिठी मारली.

" मग जाणार आहेस का ",

" होय ... एकटीनेच जावे लागेल. म्हणून तुला बाहेर येऊन सांगितले. बाकी कोणी ऐकलं असतं तर तेही आले असते माझ्या मागे. ",

" मलाही सुट्टी देणार नाहीत सर .. जाशील ना एकटी... ",

" हो गं .. गणू आहे कि सोबत .. मग काय को डरने का .. " ,

" तुझाच जय महाराष्ट्र ... !! " दोघीही हसू लागल्या.

==

आकाशला आता खूप मोकळ मोकळं वाटतं होते. गेले ३ दिवस नुसता भटकत होता. कोणाचेच आणि कसलेच tension नाही. कोणाला फोन करायचा नाही कि कोणाचा फोन येणे नाही. असा विचार आला मनात आणि त्याला आठवलं. सुप्रीला तर फक्त मेसेज केला, फोन करायला पाहिजे. लगेच त्याने मोबाईल बाहेर काढला. range कुठे होती. या मोबाईलचे असेच असते, जेव्हा पाहिजे असतो तेव्हा उपयोग नाही होतं. बाकीचे तासनतास कसे डोके खुपसून बसलेले असतात काय माहित मोबाईल मध्ये. त्याने पुन्हा मोबाईल बॅगेत टाकला. आणि गावात फेरफटका मारू लागला.

गाव तसं लहानच होते. तरी आखीव -रेखीव होते. कौलारू घरे, प्रत्येक घरासमोर एक छोटेसे अंगण. एका बाजूला आमराई होती. केवढी मोठी ती... पावसाळा सुरु झाला नसला तरी आंबे संपले होते. बाकी त्या आंब्यांचा मधुर सुवास तेव्हढा मागे राहिला होता. आकाश आपसूकच वळला तिथे. आमराईत आत शिरणार तोच त्याच्या रखवालदाराने त्याला अडवलं. त्याने आकाशला निरखून पाहिलं.

" शहरातले वाटता.. हि आमराई आहे... वाट चुकलात वाटते... आत कोणाला जायला नाही.. " ,

" मी काही घेणार नाही... फक्त फोटो काढायचे होते... तुम्ही बोलता तर नाही जात... " आकाशने हसून निरोप घेतला.

" थांबा थांबा ..... तुम्ही चांगले वाटता... फोटो काढायचे आहेत तर जावा आत ... पण चुकलात तर आत मध्ये... गर्द झाडी आहे ना आत ... " त्या वाक्यावर

आकाशला हसू आलं. आपण पण आठवणींना असंच म्हणतो ना ...

" का हसलात .... आणि इथेच का आलात... " आकाश आतमध्ये शिरला सुद्धा , त्याच्या मागे मागे ते रखवालदार. " तुम्ही हरवलात तर कुठे शोधत बसणार .... म्हणून आलो मागे ... " आकाशने विचारण्याआधीच त्यांनी सांगून टाकले. आकाश पटापट फोटो काढत होता. मध्येच थांबून बघत राहायचा कुठेतरी.

" मी लहान होतो ना .... तेव्हा एकदा... माझ्या वडिलांसोबत आलेलो... अश्या ठिकाणी, जागा हीच होती का माहित नाही.... पण अशीच आमराई होती. मोट्ठी... त्या आमराईच्या दुसऱ्या टोकाला एक लोखंडी बाक होता, तिथे बसवले होते मला आणि जाताना सांगून गेले, मी येईपर्यंत जागचे हलायाचे नाही... तसाच बसून होतो.. किती वेळ माहित नाही.... पण तेव्हा पासून या निसर्गाची सवय लागली असं वाटते. " आकाश सांगत होता आणि तो ऐकतं होता.

आकाशचे फोटो काढणे सुरूच होते. " तुम्ही फोटोग्राफर आहात का... " त्याचा प्रश्न.

" हो ... " ,

" मग गावात का आलात ... फोटोसाठी का .. " ,

" सहज... मला आवडते गावं " त्याची बडबड सुरूच होती. मध्ये मध्ये थांबून आकाश फोटो काढतच होता. बराच वेळ चालत चालत ते दोघे आमराईच्या दुसऱ्या टोकाला पोहोचले.

" तो बघा ..... तुम्ही बोललात तसंच लोखंडी बाक आहे.. " आकाशने हि पाहिलं ते. खरच कि !!

आकाश बोलला तसा लोखंडी बाक होता तिथे, गंजलेला.. इतक्या वर्षात पाऊस - पाण्याने त्याची तशी अवस्था झाली असावी. आकाशने हात फिरवला त्यावरून. " मला इथे ४-५ वर्ष झाली रखवालदारी करून. एवढ्या वर्षात मी कधी आलोच नाही इतका आतमध्ये. मालकाने सुद्धा इथे कधी पाठवले नाही मला. हा बाक आहे हे माहीतच नाही मला. तुम्हाला बरी आठवण राहिली एवढ्या वर्षात... मानलं पाहिजे तुम्हाला... " तो रखवालदार म्हणाला. आकाश मनोमन हसला.

" आठवणी कधीच पाठ सोडत नाहीत. वडिलांनी तेव्हा बसायला सांगितले होते. कुठे गेलेले माहित नाही. शहाण्या बाळासारखा बसून राहिलो होतो इथे. शांत .... आजूबाजूला.... फक्त वाऱ्याचा आभास , झाडांची पाने डोलायची त्या वाऱ्यावर ... त्यांचा आवाज आणि पक्ष्यांची किलबिल... संध्याकाळ पर्यंत बसून होतो

एकटाच... वडील तर विसरून गेलेले मला. आई आलेली धावत धावत शोधायला...
आठवत नाही... त्यानंतर कधी वडिलांनी मला सोबत फिरायला नेले असेल... "
आकाशने पुन्हा त्या लोखंडी बाकाकडे पाहिलं. " मनात घट्ट जागा करून गेली ती
आठवण... "

===

पूजा - कादंबरीचा पुढचा प्रवास सुरु झालेला. एका वळणावर मुक्कामाला थांबले
सगळे. दुपार होती. जेवणाची तयारी सुरु होती. कादंबरी जेवण करण्यात मग्न
होती. पूजा मात्र कुठंतरी हरवली होती. खूप वेळ पूजाचा काही पत्ता नाही म्हणून
कादंबरी तिचा कानोसा घेत पुढे आली. बघते तर पूजा काहीतरी लिहीत बसली
होती. कादंबरी हळूच वाकून बघून आली.

" काय लोकं किती बिझी झालीत... बघत पण नाहीत ... " तसा पूजाने तिच्या
पायावर चिमटा काढला.

" लिहिते आहे काहीतरी .... आपल्या ब्लॉगसाठी... " कादंबरी शेजारीच बसली
तिच्या.

" मॅडमजी ... आपण सध्या तरी कोणत्या ठिकाणी पोहोचलो नाही. मग
कश्याबद्दल लिहिते आहेस तू.. तसे मला फोटो काढता येतील ना ... " पूजाने
कादंबरीकडे पाहत एक उसासा सोडला. लिखाण बंद केले
" किती घाई असते ना तुला... सांगेन बोलली ना... अजून ठरले नाही कुठे जायचे
ते... " तस कादंबरीने तिच्या डोक्यात टपली मारली.
" जायचे कुठे माहित नाही आणि माहित नसलेल्या ठिकाणाची माहिती लिहीत
बसली आहेस.. वेडी-बिडी झालीस कि काय... " पूजा काय बोलणार यावर.
" जागा माहित आहे फक्त रस्ता नवा आहे. सगळे तयार असतील तर निघू... तिथे
... " पूजा उठली आणि जेवणाची तयारी सुरु होती तिथे आली.

सर्व जेवायला बसले. " मी काही बोलू का.. " कादंबरी सहित सर्वांनी पूजाकडे
पाहिलं. " पुढचा प्रवास ठरल्याप्रमाणे होतं नाही आहे. " तसा अनेकांनी प्रश्न
उपस्थित केला.
" का ... काही प्रॉब्लेम झाला आहे का... " एकाने विचारलं.
" नाही. आपण दरवर्षी पावसाळ्यात, जेव्हा शहरातून पुन्हा गावाकडे निघतो, तेव्हा
एक ठरलेली वाट असते आपली. फक्त तीच बदलली आहे मी.. " , " तेच ...

आपण इतकी वर्ष हा प्रवास करतो आहे. पावसाळ्यात तोच मार्ग जास्त सोयीचा आणि सुरक्षित वाटतो. म्हणून आपली ठरलेली वाट आहे ती.. " त्या 'जिप्सी ' ग्रुप मधल्या सर्वात जुन्या, मोठ्या व्यक्तीने प्रश्न काढला.

" सगळं ठीक.. पण या वेळेस ... जरा बदलायचा विचार करते आहे. म्हणून वाट सुद्धा बदलली. कोणालाच त्रास होणार नाही, किंबहुना एक वेगळा अनुभव... इतक्या वर्षात काही नवीन केल्याचे सुख मिळेल सर्वांना... " पूजा छान बोलली. पटलं सर्वांना. जेवण संपली आणि सगळ्यांनी पूजाला संमती दर्शवली. पूजा खुश. संध्याकाळी आभाळ भरले. पावसाचा वावर जरी जाणवत नसला तरी थंडावा आलेला. पूजा - कादंबरी त्यांच्या तंबूत बसलेल्या होत्या. तंबूच्या दारातून थंड हवा आत येतं होती.

" नक्की ... का ... असं......... तुला....... क....... रा .... वं........ सं........ वा .... ट........ लं " कादंबरीचा लांबलचक प्रश्न. पूजा बाहेरच वातावरण न्याहाळत होती.

" वाटलं सहजच... " ,

" सांग कि " कादंबरीने तिच्या खांद्यावर हात टाकला.

" काही शोधायचे आहे. " ,

" काय हरवलं आहे " ,

" हरवलं काही नाही... आठवणी, काही आठवणी लहानपणी मागे सोडून आली. त्या अश्याच विखुरल्या आहेत. त्यांनाच वेचायला जायचे आहे... सारे तयार आहेत ... येशील ना तू... " ,

" मग काय ... तुझ्या सोबत किधर भी डार्लिंग .... एका पायावर ..... एका पायाच्या बोटावर .... एका पायाच्या बोटाच्या नखावर सुद्धा... " पूजा हसली तिचे डायलॉग ऐकून....

" कार्टून आहेस खरच "

===

विचार करता करता डोकं दुखायला लागलं. सुप्री डोक्याला हात लावून बसलेली. संजना चहा घेऊन आली.

" उरलेलं डोकं पण गेलं वाटते. " संजना सुपारीला हसून बोलली.

" बोला बोला ... गरिबांना काय पण बोलतात लोकं .. " ,

" तुला काय झालं डोकं पकडायला. " ,

" आकाश गं ... " ,

" हा ... त्याचा आलेला का कॉल ... मेसेज.. " संजनाने लगेच विचारलं.

" एकदा आलेला .. पण आवाजच येत नव्हता त्याचा. पुन्हा केला मी, तर लागला नाही. मेसेज आलेला कि मी सुखरूप पोहोचलो. कुठे आहे ते सांगितलं नाही. मी उद्या निघायचं ठरवलं आहे. पण जाऊ कुठे " सुप्रीने अडचण सांगून टाकली एकदाची.

तश्या दोघी विचार करू लागल्या. " एक मनात आलं माझ्या म्हणजे बघ हा... " संजना बोलली.

" बोल तर ... " ,

" आपल्याला तो फोटोग्राफी चा कॅम्प कुठे आहे ते माहित आहे... तो तिथे नाही गेला तर दुसऱ्या वाटेने गेला असेल. बरोबर ना... " सुप्रीला पटलं ते.

" जरी दुसऱ्या वाटेने गेलो तरी लहान नसेल ना ती जागा... भटकायला लागेल ना... एकटी कशी जाणार हि गरीब मुलगी... काय माहित... " सुप्री स्वतःला उद्देशून बोलत होती. संजनाकडे तिरक्या नजरेने बघत बोलत होती.

संजनाला कळला सुप्रीचा उद्देश. " ब्लॅकमेल बरोबर करता येते तुला.. " तिचा गालगुच्च्या घेत संजना बोलली.

" येते मी सोबत पण घरी काय सांगायचे. ते तरी ठरले का तुझं... किती दिवस लागणार , त्याच्या तरी प्लॅन आहे का .. " संजनाच्या या सर्व प्रश्नावर सुप्रीने पुन्हा डोक्याला हात लावला.

" विचार केला नाही या सर्वाचा ... आकाश असतो ना सोबत ... तोच काय तो विचार करतो . आपलं डोकं कोण कशाला वापरतो आहे.. " सुप्रीच्या या वाक्यावर दोघी हसू लागल्या.

" बरं ... सांगू काहीतरी..... आधी सरांना काय काय सांगावे ते बघावं लागेल. तुझे झालं आहे सांगून , मला घरी कोणाला तरी आजारी पाडावे लागेल ... पण मला माझी सुट्टी मुळे कट्ट केलेली सॅलरी तुझ्याकडून पाहिजे हा... जास्त लाड नाही करणार ... " ,

" किती करते ना तू माझ्यासाठी... " सुप्रीने तिला कडकडून मिठी मारली.

" एकच पीस आहेस तू ... तोही देवाने माझ्या गळ्यात बांधला आहे. मग , सांभाळावे लागेल ना ... " तश्या दोघी पुन्हा हसू लागल्या .

===

"तुम्ही शहरात असताना पण... तरी बरीच माहिती आहे तुम्हाला निसर्गाची.. " आकाश अजूनही त्या रखवालदारासोबत होता. त्या आमराईत दुपारपासून थेट संध्याकाळ पर्यंत दोघांच्या छान गप्पा रंगल्या होत्या.

" मी भटकत असतो ... फोटोग्राफी साठी, माझी नोकरी तीच आहे.. म्हणून माहिती मला. " आकाशचे उत्तर.

" आणि बायको, मुलं ... त्यांना सोबत घेऊन फिरता का... " आकाश हसला त्यावर.

" आणि सारखे हसत असता तुम्ही .... का ते ",

" लग्न झालं नाही अजून, पुढल्या २ वर्षात होईल " " असं आहे तर... पण साहेब , एका सांगा.... लग्न झालं नाही म्हणून असं मोकळं फिरायला , भटकायला मिळते... संसारात अडकलात कि पोरं-बिर ...घर ... नोकरी ... यात अडकून पडणार कि असे फिरत बसणार... " त्याचा प्रश्न तर बरोबर होता. समोर संध्याकाळचा सूर्य... आमराईत लपत-छपत मावळत होता. सोबतीला पाहुणे म्हणून आलेले पावसाचे काळे ढग होते. पक्षी एव्हाना आपापल्या घरट्यात परतले होते. आमराईत स्वतःच्या घरात नुसता कलकलाट करत होते सर्वच. आमराई जणू जिवंत झालेली. त्या रखवालदाराने बरोबर विचारलं. सुप्री सोबत एकदा संसाराच्या बंधनात अडकलो तर जमेल का अशी भटकंती पुन्हा मला ... कदाचित नाही..

विचारात गढून गेलेला आकाश हेही विसरला , कि संध्याकाळच्या आधी तंबू उभा केला पाहिजे. मोठा प्रश्न उभा राहिला. " चला माझ्या घरी ... इथून ५ - १० मिनिटावर माझे घर आहे, आमच्या मंडळी खूप छान जेवण करतात. " आकाशचा प्रश्न सुटला. रात्री त्याकडेच जेवण करून त्याच्या घराच्या ओसरीत झोपी गेला

===

पूजाची सकाळ आज अंमळ लवकर झाली. कसल्याश्या आवाजाने झोप मोड झालेली. तंबूच्या बाहेर आली. घड्याळात पाहिलं तर सकाळचे ७:१५ झाले होते. हवेत कमालीचा थंडपणा वाढला होता. सहजच तिचे लक्ष वर आभाळात गेले. मागून कादंबरी सुद्धा जागी झाली.

" काय गं पोरी... झोप-बीप आहे कि नाही तुला... मला पण जागे केलेस ना... " डोळे चोळत ती पूजाच्या शेजारी येऊन उभी राहिली. पूजा अंदाज बांधत होती वातावरणाचा.

" पाऊस येतो आहे ... ",

" ह्या .... एवढच ना... पहिल्यांदा पडतो आहे का... एवढी वर्ष तर बघतो आहोत आपण पाऊस... नवीन काय.. " कादंबरी अजूनही आळस देतं होती.

" हो ... दरवर्षी येतो पाऊस, पण या वर्षी ना .... काही वेगळं फील होते आहे. ",

" का ... त्याची आठवण येते आहे का .. तुझा 'तो'...... ",

" नाही .... म्हणजे हो ... या वेळेला ना , खूप काही वाटते आहे.... माहित नाही का... त्याच्या आठवणी दाटून आल्या आहेत... " पूजाचा गळा दाटून आला. कादंबरीने तिच्या खांद्यावर हात टाकला.

" होता है ... " कादंबरी आणखीनच बिलगली. " पूजा ... जाऊ दे ना ... पुढे काय करावे तर सांग... " पूजा भानावर आली.

" हो.. थांबावे लागेल इथेच ... पावसात नको ना प्रवास.... "

==

आकाश आभाळाकडेच बघत होता. त्याने त्याची सॅक तयार केली. रात्र त्याने त्या ओसरीत काढली होती.

" काय झालं साहेब... पाऊस येतो आहे ते बघता का .. ",

" होय.. " आकाशने सॅक पाठीवर लावली. " चला मी निघतो आता... कालचे जेवण छान होते ... आभारी आहे, पाऊस येण्याच्या आत निघतो पुढे... ",

" किती हि जलद धावा तुम्ही... त्याला जर भेटायचे असेल ना तुम्हाला .... गाठेल कुठंही तुम्हाला ... " रखवालदाराने छान वाक्य म्हटले. आकाशला पटलं ते. निरोप घेऊन निघाला.

==

" पाऊस "

ज्या डोंगर माथ्यावर मातीचा करडा- राखाडी रंगच आपले वर्चस्व दाखवत असतो, त्याठिकाणी हिरव्यागार रंगाची साय पसरावी.... हि जादू कोणाची. नाहीतर सात - आठ महिने आभाळाचा एकच रंग.... निळा, त्यावर कधी काळ्या गडद तर कधी इंद्रधनूच्या सात रंगाची मेजवानी घेऊन येणारा.. कोण तो... लाखमोलाची हजेरी लावत येतो तो... किंबहुना , त्या वर्षभरापासून मळलेल्या पायवाटा... नुसत्या कोरड्या ठक्क... तिथेही रानटी का होईना, रंगीबेरंगी फुलांची रास पैदा करतो ... वाटेच्या दोन्ही बाजूंना.... जमीनदार तो ... आला कि अगदी गाजत - वाजत येतो विजांसोबत.... जीवन देणारा जमीनदार ... या काळ्या जमिनीचा खरा मालक

!! आला कि हात अजिबात आखडता घेतं नाही, सर्वांना समान वाटणी त्याची. आभाळ कायमचं काळभोर आणि बरसायच्या तयारीत. त्याने सांगितलं कि नुसतं बरसायचं. सोबत घेऊन येतो तो धुक्याची चादर. मग आठवण होते ती भग्न झालेल्या तट- बुरुजांची, पाय आपसूकच वळतात तिथे. तिथे पोहोचताक्षणी वाऱ्यासोबत आलेला ओल्या मातीचा गंध भोवताली फेर धरू लागतो . गड- किल्ले त्याच्या पराक्रमाच्या गोष्टी सांगू लागतात आणि त्यासोबत आठवण होते ती आभाळाएवढा पराक्रम करणाऱ्या आपल्या पूर्वजांची. मनात पावसाच्या गंधासोबत त्या इतिहासाची जाणीव होते आणि छाती आणखीनच फुगते. एक - दोन दिवसापूर्वीच मातीतून नुकत्याच वर आलेल्या कोंबांनाही पावसाची जाणीव होते. झाडे डोलू लागतात. पक्षी नव्याने घरकूल बांधतात आणि काळी माती सुद्धा मग आपल्याशी बोलू लागते. एका मोठ्या उत्सवाला सुरुवात होणार असते. जमीनदार येणार असतो ... खरा मालक.... पाऊस !!

पूजाने ते वाचून दाखवलं. तिच्या डायरीमध्ये लिहिलेलं होते ते. आजूबाजूला बसलेल्या तिच्या ग्रुप मधल्या सर्वांना आवडलं ते. वर पावसाने फक्त काळोख करून ठेवला होता. ५- १० मिनिटांनी वारा जोरात वाहू लागला तसे सर्व आपापल्या तंबूत जाऊन बसले.

   " किती छान लिहिलं तू ....कधी दाखवलं नाही ते. ",

   " मी नाही... त्याने लिहिलं आहे ते... एकदा असच बोलले त्याला... पावसाबद्दल लिहितो का , तेव्हा त्याने हे डायरीत लिहून दिलं मला. असाच होता क्षण. पावसाची सुरुवात होणार होती तेव्हा " पूजाने त्या लिखाणावरून हात फिरवला.

कादंबरीने फक्त छान smile केले त्यावर. हसत बाहेर लक्ष टाकलं तिने. आभाळ गच्चं भरलेलं होते. तरी पाऊस सुरु झाला नव्हता. ती तंबूमधून बाहेर आली. " कुठे चालली... पाऊस येतो आहे.. " ," जास्त दूर जाणार नाही.. " म्हणत कादंबरी त्या ठिकाणापासून जरा दूर आली. एका झाडाखाली उभी राहिली. भरलेल्या पावसाकडे पाहत होती. तिचेही काही खास नातं होते पावसाशी. कारण अश्याच एका पावसात तिने घर सोडायचा निर्णय घेतला होता.

===

" कुठे आहेस .... हॅलो .... आवाज येतो आहे का ... " सुप्रीने आकाशला कॉल लावला.

" हॅलो... हॅलो... सुप्री ... हॅलो... काहीच ऐकू येत नाही.... " आकाशचे हेच उत्तर आणि कॉल कट्ट झाला. पुन्हा कॉल लावला तरी पुन्हा तेच, वैतागून तिने मोबाईल बाजूला ठेवला.

" काय करायचे या माणसाचे... " सुप्री वैतागत बोलली. संजना तिच्यासोबत स्टेशनवर होती. तिची नजर आभाळाकडे गेली. पाऊस जमावाजमव करत होता आभाळात. त्यात यांची ट्रेन उशिराने होती. पाऊस सुरु होण्याच्या आत ट्रेन आली पाहिजे असा विचार संजना करत होती. दुपारचे ४ वाजत होते. तेव्हाचीच ट्रेन होती. काही कारणाने उशीर झालेला. तेव्हा घोषणा झाली कि गाडी आणखी १५ ते ३० मिनिटे उशिरा आहे.

" याचा अर्थ ... आपल्याला पोहोचेपर्यंत रात्र होईल. " संजनाने अंदाज लावला. " त्याचा फोनही लागत नाही बघ. कुठल्या डोंगरावर जाऊन बसला आहे कोण जाणे.... " सुप्री बोलली आणि स्वतःच हसली. संजनाही हसली. गाडी येईपर्यंत या दोघींच्या गप्पा गोष्टी पुन्हा सुरु झाल्या.

===

" कादंबरी .... तुला कळते आहे का ... काय बोलते आहेस ते... ",

" हो काका ... पूर्ण शुद्दीत आहे मी .. तुम्हीच झोपेत असल्या सारखं बरळत आहात. " कादंबरीने उलट उत्तर दिलं.

" व्वा !! एवढी मोठी झालीस.... पाठी मागे तर बोलतेस, आता सरळ तोंडावर उलट बोलते आहेस.. ",

" तुम्हीच शिकवलं हे ..... ",

" कादंबरी !! " काकांचा पारा अधिक चढला. " तुला शिकवलं ना इतके ... हाच गुन्हा झाला आमचा... , म्हणून इतकी पोपटासारखी बोलते आहेस .. " काकांचे डायलॉग सुरु झाले.

" wow !! किती बर झालं असतं ना... पोपट असते तर... उडूनच गेली असती. " त्या उत्तरावर सारेच गप्प झाले.

" पण मी म्हणते.... काय कमी आहे त्या मुलात... चांगला जॉब आहे... घर सुद्धा आहे... " काकींनी सुरुवात केली. मधेच तिचे वाक्य कादंबरीने तोडलं.

" मी जवळपास तुम्हाला आता ५० वेळा सांगितलं आहे. नको आहे तो विषय. पुन्हा पुन्हा काय तेच.... वैताग आला मला. " ,

" म्हणजे लग्न करायचे आहे कि नाही... " कादंबरी शांत झाली.

" बोल ना ... काहीतरी... " काकांनी पुन्हा विचारलं. कादंबरीने एक कटाक्ष टाकला काकांवर आणि बाहेर निघून गेली.

गेल्या आठवडाभर हेच सुरु होते घरात. त्याचे tension, शिवाय ऑफिस मध्ये प्रचंड काम वाढले होते. बॉस सारखा मागे लागलेला असायचा. " जमत नसेल तर दुसरीकडे जॉब शोधा. " , हे वाक्य तर ठरलेलं. काम करून सुद्धा असं ऐकावं लागत असेल तर कसं मन रमणार तिथे, तरी दिवस ओढायचा म्हणून ओढत होती. त्यातून घरी आलं कि काका- काकींचे सुरु व्हायचे. लग्न कर .... लग्न कर .... त्रास नुसता. मानसिक त्रास... त्यातून एक विरंगुळा तो फोटोग्राफीचा. सुट्टी असली कि किंवा घरी पुन्हा मनस्ताप सुरु झाला कि कादंबरी निघायची फोटोग्राफी साठी. पाऊस इतका आवडायचा नाही तिला, तरी पावसात निसर्गात होणारी रंगाची उधळण तिला जास्त आवडायची... फोटोग्राफीसाठी.

" काय ठरवलं आहेस कादंबरी " आज पुन्हा काकींनी विषय काढला. कादंबरी ऑफिसमधून नुकतीच घरी आलेली. आल्या आल्याच पहिला प्रश्न आला.

" काका - काकी .... शेवटचं सांगते .... मला नाही इतक्यात लग्न नाही करायचे.. " ,

" अगं पण का ... का नाकारत आहेस त्याला... " ,

" त्याच्यात काहीच कमी नाही , पण मला अजून खूप काही करायचे आहे Life मध्ये... या लग्नात वगैरे अडकली तर काहीच करता येणार नाही पुढे.... " ,

" म्हणजे अजून किती वर्ष तुला पोसावे लागेल ... ते तरी सांग ... " काका रागाच्या भरात जे बोलायला नको होते ते बोलून गेले. कादंबरीला वाईट वाटलं. सारखी हसत असणारी कादंबरी , त्यादिवशी मात्र एकटीच , शांत बाल्कनीत जाऊन बसली होती कधीची. पुढचे काही दिवस तसे शांतच गेले तिचे. ऑफिसमध्ये सुद्धा गप्प गप्प असायची.

अश्याच एका दुपारी, ऑफिसमध्ये चहाची वेळ झाली. कादंबरी तिच्याच विचारात. चहाचा कप घेऊन गच्चीवर आली. पावसाळा सुरु होणार होता. आज आभाळ आलेले भरून. खूप दिवस मनात काही धुसफुसत होते तिच्या. पावसाची चाहूल लागली तशी पुन्हा तिच्या ऑफिसमध्ये येऊन बसली. पुढच्या काही मिनिटात

पावसाने सुरुवात केली. कादंबरी पुन्हा खिडकीपाशी आली. पाऊस रिमझिम पडत होता तरी थंडावा आला होता. कादंबरीचे डोळे भरून आलेले, कारण काही विचार केला होता तिने आणि पक्का विचार केला होता. पावसासोबत मनातल्या भावना डोळ्यावाटे वाहत होत्या. कितीवेळ ती पावसाला पाहत होती माहित नाही. ठरलं शेवटी. जागेवर येऊन बसली. पटापट resignation letter टाईप केलं. बॉसला मेल केला. बॉसच्या उत्तराची वाट बघत राहिली नाही. आपले सामान घेतले आणि बाहेर पडली ऑफिसच्या. कोणालाही न सांगता. बाहेर पाऊस सुरूच होता. तशीच भिजत भिजत ती घरी आली.

आज दुपारीच कशी आली हि, काकींच्या चेहऱ्यावर प्रश्न चिन्ह. काका त्याच्या कामाला गेले होते. कादंबरीने काकीकडे एकदाच पाहिलं. तिच्या खोलीत गेली. सर्व सामानाची बांधाबांध केली. संध्याकाळ झाली. काका आले घरी.

" काय सुरु आहे कादंबरी " ,

" सामान आवरते आहे " तिचे थंड उत्तर.

" का ? " ,

" निघते आहे मी .. " ,

" कुठे ? " काकीला तर धक्का बसला.

" माहित नाही पण इथे थांबणार नाही..... मला माहित नव्हतं कि मी कोणावर तर ओझं झाली आहे ते.. " यावर काका मान खाली घालून उभे राहिले.

" पुन्हा मला कोणावर पोसायची वेळ येऊ नये म्हणून निघाली आहे, तुम्ही मला एव्हडी वर्ष सांभाळलंत त्यासाठी खूप आभारी आहे मी तुमची.. जन्मभर " ,

" पण अशी जाऊ नकोस... " काकी बोलत होत्या.

" नको .... आणि खरं सांगावे तर मला नाही जमत आता , इतकी tension घेयाला... माझे खांदे झुकत चालले आहेत... अपेक्षांच्या वजनाने... " ,

" पण जाणार कुठे ... " ,

" माहित नाही .... पाय दुखेपर्यंत आणि पाय नेतील तिथे जाणार ... कदाचित या शहरापासून दूर... जिथे माझ्याकडून कोणी आणि मी कोणापासून कोणतीच अपेक्षा ठेवणार नाही... अशी जागा शोधून काढीन आणि तिथे जाईन.... " एवढं बोलून कादंबरी घरच्या बाहेर पडली. कादंबरी बाहेर आली तेव्हा पाऊस थांबला होता तरी थंड हवा वाहत होती. तिने वर पाहिलं आभाळात, पाऊस भरत होता... नव्याने तयारी करत होता.

कादंबरीला अचानक आठवलं सगळं. एक तो दिवस आणि आजचा दिवस. आठवण होते त्यांची, तरी माघारी गेले नाही कधी. आई-वडील कुठे गेले , का गेले , माहित नाही... तेव्हा लहानपणापासून काका- काकींनी सांभाळलं. पण कधी तरी येणार होती हि वेळ. आलीच. कादंबरी समोरच पाहत होती. दुपारची वेळ तरी काळोखी दाटलेली. वर काळोख आणि खाली उजळ जमीन. जणू काही चित्रकाराने रंग उधळले असावेत या मोठ्या कॅनवास वर. समोर गावात झाडाच्या पानांची सळसळ सुरु होती. पक्षी घराकडे परतत होते. पावसाची चाहूल लागलेली ना . उन्हाळ्याचे बहावा - गुलमोहोर आता अंग झटकत होते. त्यामुळे पावसाच्या आधीच बहावा- गुलमोहोराचा लाल -पिवळा पाऊस पूर्ण गावभर उतू गेलेला दिसत होता. गावातली लहान- सहान पोरं ... जमा होतं होती, पावसात चिंब भिजण्यासाठी. वाऱ्यासोबत सुकलेला पाला - पाचोळा , लहानश्या वावटळीत फेर धरत होता. एवढ्या दुरून सुद्धा कादंबरीला ते सर्व स्पष्ट दिसत होते. कादंबरी अजूनही तिथेच उभी होती. हसताना सर्वांसोबत आणि रडू आले तर अशी एकटीच राहायची ती. हसरे चेहरे , हसतानाच छान वाटतात. असे तिला वाटायचे. पावसाने सुरुवात करण्याआधी कादंबरी शांत येऊन बसली तिच्या तंबूत.

==

सुप्री- संजनाची गाडी आली एकदाची आणि त्यांचा प्रवास सुरु झाला.

" काय गं ... काय सांगितलं घरी तू.. " ,

" काय सांगणार ... खोटेच बोलली ना ... मैत्रिणीचे लग्न आहे असं सांगितलं. दोन्ही ठिकाणी. घरी आणि सरांना... आता सरांना काय माहित आहे सर्व.. मी तुझ्यासोबतच जाणार ते.. हे माहीत असते त्यांना. so , ते झालं... पण घरी किती चौकशी केली. कोणती मैत्रीण , नाव काय.. कुठे राहते... सांगितलं मग ... गावाला लग्न आहे.. म्हणून चालली.. तू काय सांगितलं घरी " ,

" सवाल आहे काय ... तुझंच नाव सांगितलं... बोलली , संजना सोबत चालली आहे.. तिला सोबत पाहिजे म्हणून मला घेऊन जाते आहे.. " सुप्रीच्या या वाक्यावर संजनाने हात मारला कपाळावर.

" तरी कुठे शोधायचे आकाशला ... ठरवलं आहे का ... " संजना...

" नाही तस ... पण त्याला मेसेज करून ठेवला आहे... आहेस तिथे थांब.. कॉल तर लागत नाही... " सुप्रीने सांगितलं. बाहेर पावसाची काळोखी तशीच होती. पहिला पाऊस ना !! संजनाचे लक्ष खिडकीच्या बाहेरच होते.

" तुला काय झालं ग .... एकदम शांत झालीस. " सुप्रीने संजनाला कोपराने ढकललं.

" नाही... मनात विचार आला. आकाशचा... तुला पटणार नाही म्हणून बोलली नाही... " ,

" बोल तर ... पटेल कि नाही ते नंतर... " ,

" ok ... बघ हा ... आकाशाला तू अडकवून ठेवले आहेस , असं मला वाटते. राग नको मानू हा... " ,

" का ... अस कस वाटलं तुला ... " ,

" मी आणि तुही पाहिलं त्याला ... २ वर्ष इथे शहरात थांबून होता... कसा डोळे भरून आभाळाकडे पाहत असायचा. आणि आता त्याला त्या फोटोग्राफी कॅम्प साठी पाठवलं तर कसा त्याच्या मूळ स्वभावाकडे वळला तो..... बघ ना ... त्याला सुप्रीला कॉल करावा हे लक्षात सुद्धा नाही. तुमचे नाते छानच आहे... त्यात काही वादच नाही. पण पुढे कधी पुन्हा अशी घालमेल सुरु झाली कि नाही राहवणार त्याला... हे मात्र नक्की... जशे ते पिंजऱ्यात पक्षी कसे सारखा उडायचा प्रयत्न करत असतात तसा आकाश वाटला मला. सॉरी सुप्री... but मनात जे आले ते बोलली... " संजनाच्या बोलण्यात तथ्य होते. सुप्री काही न बोलता तशीच खिडकीपाशी डोकं ठेवून बाहेर बघू लागली.

===

आकाश भरभर चालत होता. तरी पाऊस गाठणार हे माहित होते त्याला. समोर एक मंदिर दिसतं होते. त्यापुढे गाव होते. गावाकडे न जाता आकाशची पावलं देवळाकडे वळली. एक गणपतीची मूर्ती सोडली तर मंदिरात कोणीच नव्हते. मंदिर गावापासून तसं लांबच होते, जरा वरच्या बाजूला. आकाशने बॅग खाली ठेवली आणि आजूबाजूला न्याहाळू लागला. बऱ्याच दिवसांनी आकाश असा निवांत बसला होता. समोर काही अंतरावर कसलीशी शेतं वाऱ्यावर डोलत होती. मंदिराच्या आजूबाजूला कोणीतरी जाई-जुईची झाडे लावली होती. बरीच फुले फुलली होती. वाऱ्यासोबत तो सुगंध दरवळत होता. जणू काही समोरच्या त्या काळ्या - तांबड्या मातीलाही जाई-जुईचा गंध आलेला होता. हिरव्या झालेल्या

झाडाचा रंग, आता आजूबाजूला मिसळून गेला होता. माणसाशिवाय असलेले जंगलच आता गर्दी करून कोणीतरी येणार आहे, त्याची सर्व वाट बघत आहेत असेच भास होत होता.

मधेच एखादी वीज चमकून जायची, भर दुपारी ... रात्रीलाही लाजवेल असा काळोख केला होता पावसाने. सूर्यदेवाचे काहीच चालणार नाही. मृग नक्षत्राची सुरुवात होती ती. गावात लक्ष गेलं आकाशचे. कौलारू घरे. काही शेणानी सारवली असतील ना. पहिल्या पावसात त्या शेणाचा गंध मिसळून एक वेगळंच रसायन तयार होईल. मग उधळतील मनांचे घोडे. वेडावून जायला होते अश्याने अगदी. आता तरी कमीच धावपळ दिसत आहे गावात. पावसापासून आपले सामान आवरत असतील. पण पावसाने एकदा का सुरुवात केली कि येतील सर्व बाहेर भिजायला. पहिल्या पावसात.... शहरात तर नाकं मुरडतात लगेच. या गावकऱ्यांना माहित पावसाची किंमत. आकाश स्वतःशीच हसला.

पाचच मिनिटात पावसाची सुरुवात. पहिला पाऊस !! आकाश मनोमन सुखावला. पानांवरती मोती सांडावे ,असेच काही घडत होते समोर. मित्र आलेला भेटीला. गावाकडे जाणारी वळणवाट आता दिशेनाशी झालेली. वेगवेगळे , छोटे छोटे पाण्याचे ओहोळ ..... त्या पायवाटेवर एकमेकांना भेटत - मिठी मारत , एकमेकांच्या हातात हात घालून चालते झालेले. गावाकडच्या अंगणातल्या तुळशी वृंदावनाला सुद्धा गाणी सुचत असतील आता. बाया- बापड्यांचे पाय आपसूकच , ती आभाळातून पडणारी ओली नाणी वेचायला बाहेर पडलेली असतील. वाऱ्याने सुद्धा पायात पैंजण बांधावे आणि बेभान होऊन ताल धरावा त्याने, असच वाटतं होते. मनाला तो हिरवा मोह होणारच मग.. समोरच्या शेतात काही ठिकाणी भर पावसात धुक्याची चादर पसरली होती निसर्गाने. एका कोपऱ्यात , घरांच्या नजरा चुकवून आलेल्या तरुण पोरी... सर्वा देखत भिजता येतं नाही म्हणून ... गुपचूप तिथे भिजत होत्या... आनंद अनुभवत होत्या. कुठे एका झाडावर पक्ष्यांचे एक जोडपं एकमेकाला बिलगून बसलेलं होते, मातीचा गंध तर आता जाई-जुईच्या फुलांचाही वरचढ होऊ घातला होता. आकाशला हे नवीन नव्हतं तरी दूर राहिल्याने कदाचित त्याची किंमत कित्येक पटीने वाढली होती.

अचानक त्याला काही आठवलं, त्याचा पहिला प्रवास... असंच ते पहिलं निसर्गाचं दर्शन... हरपून गेलेलो ना. आकाशला जुने दिवस आठवले. तेव्हा तर अगदी

नवखा होतो मी या निसर्गाला आणि पावसालाही. तरीही सामावून घेतलं मला त्याने. मलाही आणि पूजालाही. अरेच्या !! पूजा .... किती वर्षांनी आठवण झाली तिची. एकत्र प्रवास सुरु केलेला ना आम्ही. किती भटकायचो. त्यानंतर तो जिप्सी लोकांचा ग्रुप येऊन भेटला आम्हाला. जवळपास ३-४ वर्ष एकत्र होतो आम्ही. त्यानंतर वेगळे झालो आम्ही. कशी असेल पूजा. तिला आठवत असेन का मी... निरोप घेताना बोललो होतो तिला, मनात एक लहानशी जागा ठेव माझ्यासाठी.... छान जमायचे आमचे, छानच हसायची. प्रत्येक वेळेला कधी वेगळं शोधत असायची. प्रत्येकाला मदत करावी असे तिचे म्हणणे आणि करायची सुद्धा मदत. छान बोलायची. छान कविता करायची. आता करत असेल का कविता... त्यापेक्षा आता फिरत असेल कुठे का .... मी तरी २ वर्ष शहरात होतो. पुन्हा भेट झालीच तर बोलेल... २ पावसाळे जास्त बघितले तुझ्यापेक्षा... सुप्री तेव्हाच भेटली असती तर कदाचित एवढा फिरलो नसतो किंवा इतके भटकंती करूही शकलो नसतो. अचानक त्याला त्या रखवालदाराचे वाक्य आठवलं. खरंच का... लग्नानंतर हि अशी भटकंती बंद होईल ..... म्हणजे ..... हि शेवटची भटकंती आपली...

असा विचार आला आणि वीज कडाडली. आकाश त्या सर्व विचारातून बाहेर आला क्षणात, समोर घडत असलेल्या प्रत्येक क्षणात जगावे असेच ठरवले होते ना आपण. मग आता का पुढचा विचार करावा, येतील ते क्षण छानच असतील , आणि ते सुंदर कसे बनवायचे ते सांगायला निसर्ग आहेच. पावसाचा थंडावा चहुबाहुला पसरला होता. सर्व धरतीला त्याने आता कवेत घेतलं होते. आकाश त्या मंदिरात पहुडला. झोप लागली तर... चिंता नाही... वीज येईल झोप मोडायला आणि भानावर आणायला... तोपर्यंत आठवणीत रमून जाऊ . आकाश खूष होता. सॅक डोक्याखाली घेतली आणि तसाच झोपून तो पहिला पाऊस बघू लागला. इतकं विशाल तरी ओलं झालेलं आभाळ खाली त्याच्या भेटीला आलेलं ना !!

===

    कुठेतरी दूरवर , ढगांच्या आड सूर्योदय होतं होता. ढगांमध्ये राहून गेलेल्या मोकळ्या जागेतून सूर्याची किरणे गुपचूप त्या हिरव्या माळरानावर विसावत होती. मधेच गुडूप होऊन जातं, ढग जरा बाजूला सरले कि पुन्हा उजेड. ऊन पावसाचा खेळ नुसता. वाऱ्याने झाडे डोलत होती. जणू काही आनंदाने गाणी गात होती सर्वच. पावसाळा सुरु झालेला ना.. सारेच आनंदात होते. सुप्री ते सर्व , हॉटेलच्या बाल्कनीत उभी राहून पाहत होती. संजना अजूनही झोपलेली होती. काल रात्रीच त्यांचे आगमन झालेलं. रात्री कुठे जाऊन आकाशला शोधणार म्हणून

स्टेशन जवळच असलेल्या एका हॉटेल मध्ये मुक्काम केला. सुप्रीला लवकर जाग आली तशी ती बाल्कनीत उभी राहून आजूबाजूचा परिसर न्याहाळत होती. थोडे शांत वाटतं होते. ते शहराच्या गजबजाटातून दूर आले कि अशीच मनःशांती मिळते. तरी मनात बेचैनी होती. कुठे असेल आकाश, आपला मेसेज मिळाला असेल का .... कि या पावसाच्या नादात विसरला आपल्याला... एक ना हजार प्रश्न सुप्रीच्या डोकयात. तरी देखील आकाश जास्त दूर गेला नसेल तर एका दिवसात त्याची भेट होईल , असेच वाटतं होते तिला.

==

पावसाचा प्रवास नुकताच सुरु झालेला असला तरी पूजाच्या ग्रुपचा प्रवास अजूनही सुरु झाला नव्हता. त्यांच्यातला एक सर्दी - खोकला घेऊन बसला होता. त्यामुळे या सर्वांनाच थांबावे लागले होते. पूजा सकाळीच समोरच्या गावात निघून गेली होती. सोबत कादंबरी होतीच.

"काय यार !! ... किती नाजूक आहे तो... कालच पाऊस सुरु झाला आणि लगेच आजारी... दरवर्षी हाच सुरुवात करतो आजाराची.. " कादंबरी वैतागत म्हणाली.

" chill !! असते काही जणांना अशी सवय. वातावरणात बदल झालेला नाही सहन होतं सर्वांना. तुझ्या सारखे सगळेच स्ट्रॉंग नसतात ना... समजलं ना.. " पूजाने कादंबरीचे नाक ओढले.

" आपण कुठे जातो आहोत नक्की.... कधी सांगणार आहेस.. " कादंबरीने पुन्हा विषय काढला. पूजा थांबली. "आता तर सगळेच तयार आहेत तुझ्यासोबत यायला , तरी सांगत नाहीस... काय खजिना शोधायला जातो आहोत का .... तस असेल तर सगळा खजिना तुलाच ठेव... नाव तर सांग त्या ठिकाणचे... ",

" जातो आहोत ना .... कळेल ..... इतकंच सांगीन , तुला जी शांतता हवी आहे ना, ती आहे तिथे. या सर्व गडबडी पासून दूर. असे ठिकाण आहे ते. " ,

" कधी पोहोचणार तिथे देवाला माहित .... " कादंबरीने मोठा उसासा टाकला.

==

आकाशला त्या देवळातून बाहेर पडावेसे वाटतं नव्हते. तरीही बाहेर आलाच. दुसरा दिवस पावसाचा. आकाशने अंदाज लावला वातावरणाचा. एकंदरीत आज जास्त दूर जाता येणार नाही, असं क्षणिक मनात येऊन गेलं त्याच्या. आकाशने त्याची सॅक पुन्हा पाठीवर घेतली आणि खाली गावात न जाता एका वेगळीच वाट पकडली. समोर असलेल्या शेतातून पलीकडे जाऊ आणि तिथूनच पुढल्या प्रवासाची आखणी करु असे ठरवले त्याने. निघाला शेतातून. अगदी छातीपर्यंत वाढलेली शेतं... त्यात कालच्या पावसाचे पाणी भरलेलं शेतात. चालताना पायाचा-

चिखलाचा आवाज नुसता. आकाशला तसं चालताना खूप मज्जा येत होती. काही आठवलं त्याला . जुने दिवस ... जुन्या आठवणी... आई सोबत... कधी कधी पावसात घेऊन जायची आई खेळायला. लहान होतो ना मी ... असा चिखल दिसला कि आवडायचे मला. मग आईलाही ओढत घेऊन जायचो त्या चिखलात. आणि उड्या मारत राहायचो. .... अगदी पाय दुखेपर्यंत.. थकलो कि ' बस्स झालं !! ' एवढं बोलून घरात पळायचो. पण आईच्या साडीवर किती चिखल उडायचा हे कधी लक्षातच आलं नाही. क्षणभर थांबला आकाश. आपण एवढ्या आठवणी का काढतो आहोत. आईचा काय ... घरातल्या कोणाचाच इतका कधी विचार केला नाही आपण. आई सोबतच्या तर किती आठवणी आहेत ... मग आजचा का ... हा प्रवास असा आठवणींचा का होतो आहे. पुढे जाणे शक्य नव्हते आकाशला. भावना दाटून येतं होत्या. त्यातल्या त्यात आकाशच्या मोबाईलचे नेटवर्क पुन्हा आलं. आणि पाठोपाठ १० मेसेज सुप्रीचे... " आहे तिथेच थांब .. मी येते आहे... " हेच मेसेज. हि कुठे येते आहे आता. तिला तर आपण कॉल करायलाच विसरलो. त्यासाठी तर येतं नसावी. लगेच त्याने सुप्रीला कॉल लावला. लागला नाही . काय करावे. विचार करत पुन्हा त्याच देवळात येऊन बसला.

===

सुप्री - संजनाचा प्रवास सुरु झालेला. पुढच्या अर्ध्या तासात दोघींनी त्या फोटोग्राफी कॅम्प मध्ये प्रवेश केला. खात्री पटवून घेतली कि आकाश तिथे गेलाच नाही. आणखी आजूबाजूच्या परिसराची माहिती गोळा करून , एका अंदाजाने दोघी आकाशच्या मागावर निघाल्या. सुप्री चालता चालता आकाशला सारखा फोन लावत होती. पण मोबाईलला नेटवर्क कुठे होते.

" काय वेड-बीड लागलं आहे का तुला... नाही आहे ना रेंज , कॉल लागणार कसा... ठेव तो मोबाईल.. " संजना ओरडली. मोबाईल चुपचाप खिशात ठेवून सुप्री चालू लागली. जास्त दूर नको जाऊस रे आकाश, सुप्री मनात बोलत होती.

" हे बघ सुप्री... एवढा जास्त विचार करू नकोस.... आकाश जवळ नसणार , तो बऱ्यापैकी लांब गेला असेल. ३ दिवसानंतर आलो आहोत आपण. आता त्याला तू केलेलं मेसेज मिळाले असतील आणि तो थांबला असेल तरच. आणि तो आजच्या आजच भेटेल असंही काही मनात आणू नकोस... कळलं ना .. आपण चालत राहायचे ठरलं आहे ना.. मग तेच करू. तसही ... इतक्या दिवसांनी आपण दोघीच फिरत आहोत. आठवं जरा जुने दिवस. किती मज्जा करायचो ना आपण. तेव्हा टेन्शन नव्हते असे नव्हते, तरी तेव्हा कोणाची पर्वा केली नाही आपण. आणि

..... आता बघ... " संजना बडबड करत चालत होती. सुप्री फक्त ऐकण्याचे काम करत होती. संजना बोलली त्याप्रमाणे तर होते. आकाशची ओळख झाल्यापासून इतका वेळ संजना सोबत नसतो आपण. पहिली तीच लागायची प्रत्येक कामात, प्रत्येक ठिकाणी, कुठे जायचे असेल तर संजना, काही सांगायचे असेल तर संजना, हसायला संजना... आकाश आल्यापासून त्याच्या सोबतच फिरत असतो, त्याच्याशीच मोबाईल वर बोलणे नाहीतर चॅटिंग... संजनाला तर विसरून गेली मी. सुप्री चालता चालता कधी समोर बघी तर कधी संजनाकडे.

===

पूजा - कादंबरी गावातून काही खायच्या वस्तू , काही औषध घेऊन आल्या. आजचा दिवस सुद्धा त्याच ठिकाणी. कदाचित उद्याचा दिवसही इथेच काढावा लागेल. असा विचार कादंबरीच्या मनात येऊन गेला. काय करणार, हे असं फिरणं असले कि अशी आजारपणं आलीच सोबतीने. हि अशी पहिलीच वेळ नव्हती. पण पूजाची अशी कोणती स्पेशल जागा आहे , हे जाणून घ्यायची हुरहूर लागलेली कादंबरीला. असो, कादंबरीने तिच्या कामाला सुरुवात केली. पावसाने सकाळपासून नुसता काळोख करून ठेवला होता. कालच तर सुरुवात केलेली त्याने. आज त्यामानाने शांत होता पाऊस. बघता बघता संध्याकाळ झाली. कादंबरीने घड्याळात पाहिलं तर संध्याकाळचे ५ वाजले होते. पूजाला शोधू लागली. कुठे गेली हि मुलगी. काय झालं हिला सध्या... काही कळत नाही. कादंबरी पुन्हा तिला शोधू लागली.

त्यांच्या तंबूपासुन मागच्या बाजूला एकटीच दूरवर पाहत बसलेली पूजा. कादंबरी हळूच तिच्या शेजारी जाऊन बसली.

"काय बघते आहेस पोरी... " कादंबरीचा प्रश्न. पूजाला माहित होते कि कादंबरी येणार शोधत.

" बघ .... समोर किती छान सूर्यास्त होतो आहे ना ... " कादंबरीनेही पाहिलं. काळ्या ढगांच्या आडून आडून सूर्य देवाचे प्रस्थान होतं होते. छानच होते ते. कादंबरीला बरं वाटलं ते बघून. पुन्हा पूजाकडे वळली.

" पूजा ... काय झालं आहे तुला .. एवढी वर्ष प्रवास करतो आहोत एकत्र आपण... यावेळेस का अशी वेगळी वाटते तू ... "

पूजा छान हसली. " त्याची आठवण काढलीस ना तू .. आपण जेव्हा प्रवास सुरु करणार होतो तेव्हा... आणि तेव्हापासूनच सर्व जुन्या आठवणी जाग्या झाल्या आहेत. त्यातच रमली. तो म्हणूनच सांगायचा, अश्या आठवणींच्या गर्द रानात गेलो कि हरवून जातो आपण. बघितलंस ना .... आता त्यातून बाहेरच पडता येतं नाही मला... " कादंबरीला काही सुचले नाही बोलायला यावर.

थोड्यावेळाने बोलली कादंबरी. " ऐक ना पूजा .... आपण आता ५ वर्ष तरी एकत्र आहोत. त्यातले ४ वर्ष मी तुझ्या आई-वडिलांना ओळखते. पहिल्या वर्षी तूच भेट घालून दिली होतीस त्यांची. त्यानंतर एकदाही घरी गेली नाहीस तू. मला तर तुझे आई-वडील मी त्यांचीच मुलगी आहे असं वागवतात. मग ... तुझ्याशी त्यांचे हे असे नाते तुटक का वाटते. नाही लक्षात येतं मला. म्हणजे ते दोघे इतके छान आहेत. तुझा भाऊही किती फ्रेंडली आहे. तरी तुझं असे .... लांब लांब राहणे ... " पूजा कादंबरीकडे पाहत होती. " मी विचारणार नव्हते , पण माझ्या मनात तर हा प्रश्न कायमच उभा राहतो. माझं घर सोडण्याचे कारण तुला माहित आहे. माझे आई-वडील कोण , हे तर बघितलं हि नाही मी. साहजिकच .. अशी माया तुझ्या घरी लावतात मला , त्यावरून ते वाईट नाही हे नक्की.. " कादंबरीचे बोलणे संपले होते. पूजाने पुन्हा हलकीशी smile दिली. आणि समोर मावळणाऱ्या सूर्याकडे पाहत राहिली.

खूप वेळाने पूजा बोलू लागली. " मी ना लहान होते. अगदी लहान नाही. पण थोडेफार समजायचे. तेव्हा एकदा आईने सांगितले होते. बाबांना मुलगा पाहिजे होता. तेव्हा इतके जाणवायचे नाही. कारण कामानिमित्त बाबा सारखे बाहेरच असायचे. घरी आले तरी मला कधी लाडाने जवळ घ्यावे असे कधीच वाटायचे नाही त्यांना. जवळ गेले कि राग राग करायचे. काही चांगले काम केले , परीक्षेत चांगले मार्क्स मिळाले... कधीच स्तुती नाही. काही कधी विचारायला गेले कि आईला विचार , इतकंच बोलायचे. कामात असताना काही विचारलं तर खेकसायचे अंगावर. इतका राग का करायचे , कळायचे नाही मला. आई बोलायची छान माझ्याशी. शेवटी आईच ना ती. पण तिलाही कधी कधी नको वाटायचे मी. असं वाटायचं कि मी मुलगी म्हणून जन्म घेतला , ती माझीच चुक झाली. इतक्या लहान वयात असे विचार यायचे मनात. मला लिखाणाची खूप आवड, लहानपणापासून.... बऱ्याच लोकांना , शाळेत तर सर्वांना माझे लिखाण

आवडायचे. पण घरी .... काहीच नाही. एक दिवस शाळेत आलेल्या पाहुण्यानी माझ्या निबंधाला छान अशी कंमेंट लिहून दिलेली. वडील नुकतेच आलेले कामावरून. मला आनंद झालेला ना... तशीच ती वही घेऊन गेले दाखवायाला. बाबांनी ते न बघताच हातातली वही फेकून दिली... ' कसली भिकारपणाची लक्षण आहेत हि... लेखक व्हायचे आहे का ... त्यापेक्षा अभ्यास कर.. ' म्हणत तणतणत निघून गेले. वाईट वाटलं तेव्हा खूप. काहीच बोलली नाही. तसेच वागायचे ते. शाळेला सुट्टी पडली कि मला एकटीला आजी- आजोबाकडे सोडून दोघेच कुठेतरी फिरायला जायचे. इतकी नकोशी होती त्यांना मी. त्यामुळे आजी-आजोबा जास्त जवळ मला. आता आजोबा नाही राहिले, ते त्यावेळेस त्यांच्या जुन्या गोष्टी सांगायचे. कुठे फिरायचे, कसे फिरायचे .. सर्व सांगायचे. त्यांच्या लहानपणी त्याचा एक मोठा वाडा होता, त्या गावाच्या गोष्टी सांगायचे. छान वाटायचे ते जग. तिथे जास्त रमायचे मी. घरी पुन्हा जावे असे वाटायचे नाही मला. नंतर , जेव्हा मी आठवीत होते. तेव्हा लहान भावाचा जन्म झाला. तेव्हापासून माझ्या बद्दल असलेलं उरलं - सुरलं प्रेम सुद्धा नाहीस झालं. त्यांना वंशाचा दिवा पाहिजे होता, झालं ते. मी तशीही नावडती होती बाबांना. त्यात आईलाही तोच आवडू लागला. मी घरात असून नसल्यासारखे असायचे. त्याचेच लाड सारखे.... मलाही तो प्रिय होता. पण त्याचे बालपण , माझ्या बालपणापेक्षा किती सुंदर , सुखद होते ... याचे वाईट वाटायचे मला."

" एकदा कॉलेजमध्ये असताना , मला एका प्रोजेक्ट साठी gold medal मिळालेले, महाराष्ट्र शासनाकडून. केवढा सत्कार झालेला माझा. आई-बाबांना बोलावून सुद्धा कोणीच आलं नाही तिथे. बाकीच्या मुलांचे आई-वडील दोन्ही होते, त्याच्या मुलाचे सत्कार बघायला. त्याचे कौतुक करायला , तो आनंद अनुभवायला. मी मात्र एकटीच तिथे. घरी आले. सांगितलं किती छान झाला सोहळा आणि gold medal हि दाखवले. बाबा , पेपर वाचत बसलेले. डोकं वर न करताच , ' छान ' इतकंच बोलले. आईला दाखवायला गेली तर बोलली , ठेवून दे एका बाजूला ... काम झाल्यावर बघीन. वाईट वाटलं. तेव्हा कळलं आपल्याला या घरात आता किंमत राहिली नाही. त्यानंतर हि तेच , जॉबला लागली. कुठे जाते जॉबला तेही कधी विचारलं नाही. माझा प्रत्येक निर्णय चुकीचा वाटायचा त्यांना. त्यात मी काही बोलली कि आवडायचे नाही. कधी आजारी असले तरी न विचारणारे पालक झालेले ते. जॉब वरून रात्री घरी आली कि जेवली का किंवा जेवणार आहेस का ... हे सुद्धा आई विचारायची नाही. चिडचिड होयाची मग माझी. त्यामुळे ऑफिस मधेच बसून

राहायची उशिरापर्यंत. घरी कोण होते विचारायला. कधी भाऊ विचारायचा, ताई उशीर झाला का आज.. ते बर वाटायचे मला. त्याला आवडायचे मी, कधी कधी त्यासाठी खाऊ घेऊन जायचे ना घरी. छान जमायचे आमचे. पण नंतर या दोघांनी काय मनात भरवलं त्याच्या माहित नाही. त्यालाही माझा कंटाळा यायचा. जवळ यायचा नाही. एकदा त्याला खाऊ घेऊन गेली , त्याच्या आवडीचा. तर बोलला .... तूच खा .. माझे पप्पा आहेत , ते आणतील मला खाऊ... तेव्हा शेवटचं वाईट वाटलं स्वतःबद्दल. एवढ्याशा लहान मुलालाही मी नको असेन तर ... एखाद्या paying guest सारखी राहायचे घरात मी. फक्त घरातले माझ्याकडून राहण्याचे पैसे घेयाचे नाहीत हाच काय तो फरक. " पूजा सांगता सांगता भावुक झाली.

कादंबरीने तिच्या खांद्यावर हात ठेवला. पूजा पुढे सांगू लागली. " एक दिवस काय झालं, बाबा अगदी शुल्लक कारणावरून चिडले माझ्यावर. त्यात मधेच भावाचा विषय निघाला. तो किती चांगला आहे , मी कशी नको आहे ... का कस माहित नाही ते .. पण त्यांचा माझ्यावरचा राग बाहेर आला. त्या बोलण्यातून , मी त्यांना किती नको आहे , ते सांगून टाकलं त्यांनी. आईने माझ्या बाजूने काहीतरी बोलवं अशी अपेक्षा होती. तीही काहीच बोलली नाही. मी कोणासाठी बोलू आणि काय बोलू , माझ्याकडे विषयच राहिला नाही. त्यादिवसापासून एक विचित्र अबोला सुरु झाला घरात. आई-बाबा-भाऊ आणि बाजूला मी वेगळी. ते तिघेच बोलायचे एकमेकांशी. माझ्याकडे साधं बघायचे हि नाहीत. हे असं घरातच सुरु झाल्यावर काय असणार मनःस्तिथी. त्याचा सर्व परिणाम कामावर झाला. ऑफिसमध्ये लहान लहान चुका. बॉसला सुद्धा आवडायचे नाही. एक - दोनदा ठीक आहे. समजून घेतलं सर्वांनी. पण नेहमीच त्याच त्या चुका ... कोण खपवून घेणार. म्हणजे तेव्हा काहीच बरोबर होतं नव्हते . मग विचार आला मनात, का राहत आहोत इथे आपण. उत्तर मिळालंच नाही. आणि नंतर त्या प्रश्नाचा खोलवर विचार केला तेव्हा कळलं कि आता इथे तरी थांबावे असे काहीच राहिले नाही. किंवा अडवणारे कोणी नाही. कोणासाठी उगीच अडचण बनण्यापेक्षा तिथून निघालेलं बरे , हे आलं मनात. त्याचदिवशी, ऑफिस आणि घरी , दोन्ही ठिकाणी सांगून टाकलं. ऑफिस मध्ये काही जणांना आणि घरी फक्त आईला वाईट वाटलं. त्यानंतर ४-५ दिवसांनी ऑफिसमधलं उरलं सुरलं काम संपवलं. घरी बॅग भरून ठेवली होती. ठरलेल्या दिवशी न निघता २ दिवस आधीच निघाले. बाकी सर्व झोपलेले असताना. " पूजाचे बोलणे संपले. कादंबरीच्या डोळ्यात पाणी आलं.

" ये वेडाबाई .... रडते का... हीच आहे माझी स्टोरी... आणि असं रडायचं नाही. मी बघ, ते घरी असताना फक्त एकदा रडली होती, ते शेवटचं. त्यानंतर कधीच रडली नाही. " कादंबरीने डोळे पुसले.

" एकटीच निघालीस ... तेही रात्रीची... भीती नाही वाटली का , मी निघालेली ना .... तेव्हा जाम घाबरली होती. " ,

" त्या रात्री स्टेशनवर थांबलेली. सकाळी डब्बू होता सोबतीला... " ,

" डब्बू ?? हा कोण नवीन ... कहानी मे twist का ... " पूजा हसली त्यावर.

" नंतर सांगीन . बघ ... बोलता बोलता किती रात्र झाली. " रात्रीचे ८ वाजले. दोघी पुन्हा आपल्या ग्रुपजवळ आल्या.

===

सुप्री - संजना एका गावात रात्रीच्या मुक्कामी थांबल्या होत्या. तस बघावं तर खूप अंतर पार केलेलं दोघीनी. दिवसभरात आकाशला फोन तर लागला नाहीच. आकाशला माझा मेसेज मिळाला असेल तर बर होईल. पण कुठे थांबला असेल तो. त्याला एक फोन लागला असता तर किती बर झालं असत. असा विचार करून सुप्रीने पुन्हा आकाशला कॉल करण्याचा प्रयत्न केला. पहिल्यांदा लागला नाही, पुन्हा लावला. त्यावेळीस मात्र लागला कॉल. रिंग वाजत होती, आकाश कॉल उचलत नव्हता. तसाच फोन वाजून वाजून बंद झाला. सुप्रीला वाईट वाटलं. संजना बोलते ते खरं आहे का ... आकाश विसरला का आपल्याला. तशीच बसून राहिली मग.

आणि आकाशचा फोन आला. " हॅलो ... हॅलो... कुठे आहेस तू .. फोन का नाही उचलत... बरा आहेस ना ... कुठे आहेस .. " एका मागोमाग एक प्रश्न सुरु झाले सुप्रीचे.

" हो .. हो .. श्वास तर घेशील जरा.... शांत हो... " आकाशचा आवाज ऐकून सुप्री शांत झाली. " मी एकदम ठीक आहे. तू कशी आलीस इथे ... एकटी आहेस कि कोणी आहे सोबतीला... " ,

" संजना आहे कि सोबत. तुलाच बघायला आले मी. तू , त्या फोटोग्राफी कॅपला गेला नाहीस ते समजलं. त्यामुळेच तुला शोधत आली. आता नक्की कुठे आहेस तू.. " ,

" मला माहित नाही गं ... खूप वर्षांनी आलो आहे या भागात मी. ओळखीचे आहे ठिकाण पण नाव नाही माहित. इथे एका देवळात थांबलो आहे. " आकाशने सांगितलं.

" मलाही माहित नाही मी कुठे आहे ते , सकाळ झाली कि विचारेन कोणाला तरी... कोणते देऊळ आहे " ,

" गणपतीची मूर्ती आहे. तस गावापासून दूर हे ते मंदीर. बघ, गेल्या २ दिवसात मी कुठे गेलो नाही या देवळातून आणि इथे कोणी आलेही नाही देवळात " ,

" ठीक आहे , मी विचारते असे कोणते मंदिर आहे का ... तू थांब तिथेच ... मी येते .. नको जाऊस कुठे आकाश... " पुढे काही बोलणार आणि फोन कट्ट झाला . कदाचित पुन्हा नेटवर्क गेले.

आकाश त्या मंदिरातून पाय मोकळे करायला बाहेर आला. वाहणाऱ्या थंड हवेसोबत कुठेतरी रातराणी फुलल्याचे कळत होते. खाली गावात दिवे लागलेले होते. एक एक घरकुल उजळलेले होते. अजून तरी इथे वीज आलेली नसावी किंवा लोडशेडिंगचा प्रकारही असावा. तरी छान वाटते ना. त्या लहानग्या मिणमिणत्या दिव्यांचा प्रकाश इथंपर्यंत येतो आहे. शांत- शीतल.... वर आभाळात सकाळ पासून धरून राहिलेला पाऊस , कुठे गेला कुणास ठाऊक. त्यात अमावस्या, चंद्राची अशी सोबत कधी कधी छान वाटते. चांदण्या काय ... लपाछपी खेळात सारख्या ... असंच वाटते. लुकलुक सुरु असते नुसती त्यांची. सुप्रीचा विचार आला अचानक. कशाला आली एवढ्या दूर ती. कि आपलंच चुकलं काही. आपणच तर ठरलेल्या ठिकाणी न जाता इथे भलतीकडेच आलो. तिच्याही त्या अपघाताच्या आठवणी ताज्या आहेत. पुन्हा कुठे हरवलो तर मी... काळजी वाटणारच ना..

पुन्हा देवळात आला. काही फळे घेतलेली त्याने. तीच खात होता गेले २ दिवस. आणि लक्ष गेलं त्या गणूच्या मूर्तीकडे. " तुला कोणी भेटायला येतंच नाही का... एकटाच असतोस का इथे... " आकाशने गणूला मनातल्या मनात प्रश्न केला. साहजिकच आहे ... उत्तर मिळालं नाही. गणू तर चेहऱ्यावर एक छानसे हास्य घेऊन बसला होता. आकाश किती वेळ त्याच्याकडे पाहत होता. तू तरी काय बोलणार म्हणा. पण एक सांग जरा ..... सुप्रीला लहानपणापासून ओळखतोस ना तू ..तिचाच गणू आहेस ना तू ... तुला कधी कळली आहे की ती... मला तर अजिबात कळत नाही ती... स्वतःच पाठवलं बाहेर आणि आता मागे मागे आली सुद्धा. माणसांनाच असे स्वार्थ असतात ना ... प्रत्येक जणं कश्या ना कश्या साठी पळत

असतो. सुख कश्यात आहे, कळतच नाही कधी. आपली माणसं सोबत असणे कि स्वतःच्या शोधात फिरणे , हे सुख... तुला उत्तर मिळालं तर नक्की सांग मला, आकाश पुन्हा त्या देवळात झोपी गेला विचार करत.

==

पहिल्या दिवशी जो पाऊस झाला, त्यानंतर ३ दिवस पाऊस झालंच नाही. आज सकाळी जरा वाटतं होते पावसाचे. तरी काही चिन्ह दाखवून पुन्हा पसार झाला तो. कदाचित कुठे दूरवर पडत असेल पाऊस. या भागात यायचे नसेल त्याला, असा विचार करत कादंबरी सकाळ सकाळीच तिचा कॅमेरा घेऊन जरा लांब आलेली. त्यांच्या ग्रुप मध्ये आणखी काही लोकं सर्दी - खोकला ताप घेऊन बसले होते पावसाचे. ते काय दरवर्षींचे , म्हणत कादंबरी फोटो काढत चालली होती. एका ठिकाणी उभं राहून कॅमेऱ्याच्या लेन्सने, जरा zoom करून दूरचे काही दिसते का ते पाहू लागली. कॅमेरा डावीकडे वळला आणि तिला एक जण हातात कॅमेरा आणि पाठीला सॅक, असा काहीसा दिसला. लगेच तिने कॅमेरा खाली केला. खरच , तिथे कोणीतरी होती फोटो क्लिक करत. इतक्या दूरवर ... कोणी खास फोटो साठी तर येत नाही, हे कादंबरीला एवढ्या वर्षांच्या भटकंतीतून कळलं होते. नक्कीच हा वाट चुकला असेल, जाऊया का त्याला विचारायला... नको ... एकटी नको... पूजाला घेऊन जाऊ.. असा विचार करत धावतच कादंबरी पूजाला आणायला पळाली.

" अगं .... पण मी कशाला... " पूजा वैतागत म्हणाली.

" चल नाआआआआ .... !!!! " ,

" कशाला पण आणि असेल कोणी .. ज्याला फोटोची आवड असेल... काढू दे त्याला फोटो... त्या खालच्या गावातला सुद्धा असू शकतो. " ,

" तुला बोलवायचे म्हणजे आधी अर्धा किलो मस्का लावावा लागतो तुला ... त्यानंतर तयार होते तू... कोणी वेगळा दिसतो आहे म्हणून आले ना सांगायला. एकटी गेली आणि किडनॅप केले तर मला त्याने... " पूजाला हसायला आले त्यावर.

" हा .. हे मात्र होऊ शकते हा ... एवढी गोड आहेस ना , कि कोणालाही मोह होईल तुला पळवून नेण्याचा.... लाडाची बाय माझी ... " पूजाने कादंबरीचा गालगुच्चा घेतला.

" चल ना गं पटकन ..... एकतर तो वाट हरवला आहे त्याची.. पुन्हा कुठे पुढे गेला तर अजून चुकेल ... चल पटापट ... " ,

" हो .. माझी आई ... हो ... " पूजाने हातातले काम बाजूला ठेवलं आणि उभी राहिली. "इतकं काय विशेष वाटलं तुला त्यात.. " असं बोलत होती आणि अचानक आभाळात लक्ष गेलं. मघापासून मोकळं असलेलं आभाळ अचानक अंधारून आले. " कमाल आहे ना. आता तर काहीच नव्हते ना... लगेच कुठून आले हे ढग.. " कादंबरीही वर पाहू लागली.

" बघ ... सगळं तुझ्यामुळे ... !! आता पाऊस आला तर तो निघून जाईल. " ,

" चल बाबा चल ... तू ना .... ऐकणार नाहीस कधी, मी सांगते ना .. गावातला असणार तो.... " ,

" गावातले लोक काय पाठीवर सॅक आणि गळ्यात कॅमेरा लावून फिरत नाहीत.. " कादंबरीच्या या वाक्यावर पूजा थांबली. " तो " आलाय का पुन्हा , नसेल ... तो नसावा... असेल तर.. पूजाने चालण्याचा वेग वाढवला. दोघी त्याठिकाणावर आल्या. जिथे कादंबरीने त्या व्यक्तीला पाहिलं होते. आता तर कोणीच नव्हते तिथे.

"कुठे आहे कोण ... " पूजा आजूबाजूला नजर टाकत म्हणाली. कादंबरीही कोड्यात पडली. " गेला असेल का तो ... पावसाला घाबरला असेल... " कादंबरी बोलली. मग तिचं लक्ष पुढे असलेल्या देवळाकडे गेलं.

" त्या देवळात बघूया का .. " ,

" तिथे का जाईल तो ... " म्हणत पूजाच पुढे गेली. ५- ६ पावलं पुढे गेली असेल आणि लखख प्रकाश झाला. वीज चमकली होती. जोराचा पाऊस येणार आता, असा विचार मनात आला आणि समोर कोणीतरी उभा.. त्याचे हि लक्ष यांच्याकडे होते. " तो बघ ... त्यालाच पाहिलं होते मगाशी.. " कादंबरी बोलत होती, पण पूजाच लक्ष कुठे होते तिच्याकडे..

आणि रिमझिम पाऊस सुरु झाला. कादंबरी कॅमेरा वाचवण्यासाठी त्या मंदिरात शिरली. पूजा आणि "तो " मात्र तिथेच .. .. आकाश !! आकाशच आहे ना ... हो ... तोच असणार ... पाऊस आणि तुझं नातं तसं जुनंच... बघ तुझ्या सोबतीनेच फिरतो आहे... घेऊन आलास ना पावसाला ... पूजा कधीची आकाशला पाहत होती. तोही कधीपासून पूजाकडे पाहत होता. पावसाचे थेंब रिमझिम रिमझिम पडत होते दोघांवर .... पूजाला मात्र ते सर्व क्षण थांबल्या सारखे वाटंत होते.आजूबाजूला पडणारे पाण्याचे थेंब गोठलेले भासत होते. झाडे - झाडांची पाने ... दूरवर चमकणारी वीज ... वारा ... सारेच थांबले होते. समोर घडणारा प्रत्येक क्षण गोठला

होता. धावत जावे आणि मिठी मारावी त्याला, असं वाटतं होते पूजाला. पण तीही गोठली होती जागेवर. आकाशच पुढे आला मग. दोघे एकमेकांसमोर. किती वेळ, पावसाचा वेग जरा वाढला तसा कादंबरीने आवाज दिला.

" ये ... दोघांनी आत या आता .... भिजून आजारी पडलात तर मला एकटीला ताकद नाही एवढी .. तुम्हा दोघांना उचलून आणायची. " दोघीही भानावर आले. आणि धावतच देवळात आले.

देवळात आले तरी तसेच दोघे. शेवटी कादंबरी वैतागली.

" पूजा ... काय सुरु आहे... त्याला ओळखते का तू... किती वेळ बघते आहे मी, नुसते एकमेकांकडे बघत आहात ... हॅलो .... मीही आहे इथे ... " पूजाला हसू आलं.

" थँक्स ... बबडू ... तुझ्यामुळे मला माझा डब्बू भेटला ... इतक्या वर्षांनी.... " पूजाने कादंबरीला मिठी मारली. कादंबरीने त्याला न्याहाळून पाहिलं.

" डब्बू ..... कोण ??" कादंबरी विचारात पडली.

" कशी आहेस निर्मला... " त्याने पूजाकडे पाहत विचारलं.

" निर्मला कोण आता ... काय सुरु आहे नक्की ... वेडी होणार वाटते मी ... " कादंबरी आणखी confused ...

"बस बस ... खाली बस आधी... डोक्याला इतकं tension नको देऊ.. तू जरा बस शांत ... मला डब्बू ला भेटू दे... इतक्या वर्षांनी पाहते आहे त्याला... " ,

" एक मिनिट ... " कादंबरीने पूजाचा हात पकडला. " मला सांग आधी , काय सुरु आहे हे.... मला तो दिसला , वाट हरवला असेल म्हणून तुला घेऊन आले. तर लगेच ओळखीचा निघाला ... असं कुठे घडते का कधी ... खरं आहे कि कोणता प्रँक आहे हा .... " कादंबरी आता आकाशकडे संशयाने पाहू लागली.

"अगं ... प्रँक कसला... तुला सांगत असते ना याच्याबद्दल ... "तो " .... हाच ... डब्बू... माझा डब्बू... " ,

" हा ... ' तो '... तो आहे ... हा " कादंबरी आकाशकडे पाहत राहिली. त्याच्याजवळ गेली. " Hi ... मी आकाश.. " आकाशने कादंबरीकडे हात पुढे केला.

" डब्बू कोण मग आणि मघाशी पूजाला तू ' निर्मला ' का बोललास " आकाशला हसू आलं. बाहेर पावसाने छानच सुरुवात केलेली.

" बसूया का खाली. आता पावसात तरी तुम्ही दोघी बाहेर जाणार नाही. " आकाशसुद्धा खाली बसला.

"हम्म ... आता सांग .. हि काय भानगड आहे नावांची. "..... कादंबरी ...

" याचे खरे नाव आकाश.. याची आई याला लहानपणापासून डब्बू बोलते लाडाने. म्हणून मीही तेच बोलते ... " .....पूजा ...

" आणि हिच्या आजीचे नाव निर्मला .... आजी सोबतच छान जमते हिचे ... लहानपणापासूनच स्वतःच तिने स्वतःचे नाव ' निर्मला ' ठेवले. मलाही तेच नाव जास्त आवडते. बाकी लोकांसाठी पूजा .. माझ्यासाठी मात्र निरू .... " आकाश पूजाकडे पाहत म्हणाला.

"तर हे असं आहे तर गणित .... मलाही तिने ते नाव कधी सांगितले नाही कधी... असो , By the way ... तुला ओळखते मी , खूप आधीपासून .... " ,

" ते कस शक्य आहे ... मी तर तुला पहिल्यांदा भेटलो आज ... आणि निरूकडे माझा फोटोही नाही .... बरोबर ना निरू ... " पूजाने होकारार्थी मान हलवली.

" हि सांगत असते तुझे किस्से... आठवणी... नाव सांगितलं नाही हा कधी तिने ... सारखं सारखं ... तो असा करायचा , तो तस करायचा... तुला कधी बघितलं नाही तुला , तरी ओळखायची. nice to meet you .. " कादंबरीने हात पुढे केला. आकाशने हात पुढे केला.

" तुझी ओळख ?? " ,

" मी कादंबरी ... या पोरीची best buddy ... " आकाशला छान वाटलं. पूजाकडे बघत विचारलं ....

" कुठे भेटली हि ,... छानच आहे ... " ,

" तू गेलास ना ... त्यानंतर ३-४ दिवसानी हि भेटली. भटकत होती. एकटीच होती म्हणून घेतलं सोबतीला. तेव्हापासून आहे सोबतच... " पूजा आकाशकडे पाहत होती.

" जरा जाडा झाला आहेस.. शेविंग पण करायला लागला आहेस... व्वा !! बदल छान आहेत .. कुठे निघाला आहेस आता.. खरं सांगावं तर कधीच वाटलं नव्हतं तुझी भेट होईल पुन्हा..... या वळणावर. " ,

" मी ... वाट बघतो आहे कोणाची तरी.... ",

" कोणी येते आहे का भेटायला ... कोणी मागे राहिलेले ... " पूजा ...

" हो .. !! " ,

" wow !! गोड बातमी दिलीस... लग्न कधी केलंस ... " पूजाला आनंद झाला.

" लग्न नाही .. पण relationship मध्ये आहे. मी पुढे आलो आणि ती मागाहून येतं आहे. छान आहे ती ... पण मीच आता confused आहे .. कोणी कोणाला अडकवून ठेवले आहे. मी तिला कि तिने मला... " आकाशचा आवाज गंभीर झाला.

वातावरण गंभीर होताना बघून कादंबरी मधेच बोलली. " excuse me... तुम्ही दोघे सारखे का विसरता मला. मी सुद्धा आहे इथे ना ... ते बाकी जाऊ दे ... तुला मघाशी कॅमेरा वापरताना पाहिलं ... तू फोटोग्राफर आहेस का ... हि पूजा ... i mean निरू .... तुझ्याकडून फोटोग्राफी शिकली असे सांगायची. मला पण शिकावं ना.. " कादंबरी हात जोडत होती.

" हो रे ... डब्बू ... छान काढते हि फोटो... दाखव जरा हिला फोटोग्राफी... पण नंतर. आता जरा आपणच गप्पा मारू.. सांग .... कसा आहेस... आणि हो.. पाऊस आणि तुझं नात तसेच आहे हा अजून .... अगदी सुरुवातीला होते तसे. बघितलं ना ... तुझ्यासोबतच फिरत असतो.. " आकाश हसला त्यावर.

" अरे हो ... बाकीचा ग्रुप कुठे आहे ... आहेत का सर्व अजून सोबतीला.. " ,

" आहेत कि ... " पूजा म्हणाली. तोपर्यंत पाऊस थांबला होता. या दोघींसहित आकाश त्यांना भेटायला गेला.

==

सुप्री -संजना भरभर चालत होत्या. आकाशने सांगिल्याप्रमाणे एक मंदिर होते, त्याकडे निघाल्या होत्या. सुप्रीला तर आकाशला कधी बघते आहे असे झाले होते. एक वेगळीच फीलिंग घेऊन चालत होती ती. आकाश बोलला तसे एक मंदिर दिसले तिला दूरवर . तशी धावतच गेली मंदिराकडे. मंदिरात पोहोचली तर कोणीच नव्हते तिथे. " आकाशने खरं सांगितलं कि पुन्हा फसवलं. " संजना बोलली आणि पाऊस सुरु झाला पुन्हा. जोराचा पाऊस. सुप्री आकाशला फोन लावायचा प्रयत्न करत होती. तिच्याच मोबाईलला नेटवर्क नव्हते.

" आता काय करायचे गं संजू ... हा असा का वागतो आहे आकाश .... गणू ... please help ... " संजना तरी काय बोलणार. पावसाने हि चांगलाच वेग पकडला होता.

" आता कुठे जायचे सांग सुप्री.. आकाश तर नाही... किंवा तो दुसऱ्या कोणत्या तरी देवळात थांबला असेल... एकच देऊळ आहे का हे ... बरोबर ना ... " संजनाचे ते बोलणे सुप्रीला पटलं.

" तस असू शकते... " आकाशच्या विचारातून बाहेर आली आणि तिला पावसाचे लक्षात आलं. तो काय इतक्यात थांबणार नाही हे समजलं तिला. धो - धो कोसळत होता नुसता. " इथेच थांबूया ... या पावसाचे काही खरं नाही बघ.... " सुप्री आभाळाकडे पाहत म्हणाली. गावातून निघताना आणलेले पदार्थ खाल्ले. आणि दोघी तश्याच बसून राहिल्या , पाऊस थांबण्याची वाट पाहत.

पाऊस थांबता थांबता संध्याकाळ झाली. आता पुढे तर जाऊ शकत नाही. काळोखात कुठे जाणार , त्यात पाऊस आला तर भिजायला होईल. देवळात तरी कोणी नाही, त्यामुळे इथेच थांबलो आजची रात्र तर बर होईल. असा विचार करत दोघी तिथेच थांबल्या आणि रात्रीची तयारी करू लागल्या.

पावसाने आवरतं घेतलं तस आकाशने लगेचच त्याचा तंबू यांच्या तंबू शेजारीच उभा केला. दिवसभरात छान गप्पा झाल्या सर्व ग्रुप सोबत. पण पूजा सोबत नाही. काळोख झाला तसं आकाशने आधीच जमवून ठेवलेली लाकडं रचून शेकोटी पेटवली. उबदार असे काही पाहिजे होते सर्वांना. शेकोटीजवळ येऊन बसले सर्व. पुन्हा गप्पा सुरु झाल्या. आकाशला तो सर्व ग्रुप ओळखीचा. २ वर्ष होते ना एकत्र ते सर्व. गप्पा तर काय संपणार नव्हत्या. शेवटी कादंबरीला भूक लागली आणि सर्वांना जबरदस्ती तिने जेवायला नेले. जेवण झाल्यावर आकाश पुन्हा शेकोटी जवळ येऊन बसला. एकटाच , या वेळेस एकटाच बसला होता. पूजा गेली त्याच्या शेजारी.

" कसला विचार सुरु आहे तुझ्या डोक्यात. सकाळपासून बघते आहे तुला.. " आकाश काही बोलणार तर पूजाने थांबवले. " आता काही नाही , असं बोलून चालणार नाही.. तुला खूप आधी पासून ओळखते मी... सांग .. डोळ्यात आणि चेहऱ्यावर तणाव जाणवतो. काय झालं ... " आकाश शेकोटीतल्या जळणाऱ्या लाकडांकडे पाहत होता.

" तीच नाव सुप्री ... सुप्रिया.... योगायोग बघ.... आपण जेव्हा वेगळे झालो होतो ना ... म्हणजे तुझी माझी वाट वेगळी झालेली तेव्हा.. त्याच वर्षी ... किंबहुना त्याच पावसात मला सुप्री भेटली. आपण निघालो वेगवेगळ्या वाटेने तेव्हा सुद्धा पाऊस होता आणि सुप्री भेटली ती सुद्धा अश्याच एका प्रवासात... छान मुलगी आहे.. भावुक आहे , हसरी आहे ... पण प्रचंड strong आहे. कितीतरी कठीण परिस्तिथीत तिने स्वतःला कसे सावरले , ते तिलाच माहित. मलाही अपघात झालेला, तेव्हा तर माझी स्मृती गेलेली. काहीच आठवत नव्हते , तिच्यामुळे वाचलो असे म्हणू शकतो. " ,

" खूप छान जोडीदार भेटली आहे तुला ... ",

" तेच कळत नाही. आता सुद्धा तिचाच विचार आहे मनात. कुठे असेल ती. मी इथे येऊन चूक तर नाही केली ना.. मी ठरलेल्या ठिकाणी न जाता इथे आलो. त्यासाठी माझ्या काळजी पोटी ती इथे शोधत आली. नक्की कुठे चुकते आहे माझं ... मलाच कळत नाही. " पूजा काहीच बोलली नाही त्यावर.

थोडावेळ शांततेत गेला. " तू कुठे निघाली आहेस. कुठे चालला सर्व... " आकाशने पूजाला प्रश्न केला.

" योगायोग बोललास ना मघाशी... इथही आहे योगायोग... इथेच आपली ताटातूट झालेली. तोच प्रवास आहे हा.. आठवलं का काही... " आकाशने नकारार्थी मान हलवली. " आपण त्याच देवळात बसून शेवटच्या गप्पा मारल्या होत्या. कदाचित तुला जो अपघात झालेला ना .. त्यात या आठवणी विसरला असशील... पण मला आठवते सर्व. " आकाशला काही आठवलं.

" स्पष्ट नाही.... पण अंधुक आठवलं , तू बोललीस तेव्हा.... एक मिनिट ... म्हणजे तू... तीथे निघाली आहेस का .... " आकाश पूजाकडे पाहत म्हणाला.

" हो ... तो प्रवास नंतर पूर्ण झालाच नाही... तुही गेलास , तेव्हा मीही वाट बदलून दुसरीकडे निघून गेलेली. या वर्षी निघाले ना निरोप घेऊन , तेव्हा आजीनेच आठवण काढली आजोबांच्या प्रवासाची... त्यांच्या त्या जुन्या गावाची , त्याच्या मोठ्या वाड्याची... तेव्हाच ठरवलं तो प्रवास पूर्ण करावा... हे सर्व तयार झाले. आणि निघाली. पण सारखं वाटत होते, तू पुन्हा आला पाहिजे... देवाने .... पावसाने ऐकलं माझं ... " आकाशला गंमत वाटली पूजाचे ऐकून.

" एक चक्र पूर्ण झालं ना ... निरू ... पण या काळात, मी राहिलो का आठवणीत तुझ्या... कादंबरी बोलली ते खरं का ... तिला सांगत बसायची माझे किस्से.. " ,

" हो ... म्हणजे सारखी नाही... पण काही क्षणांना आठवण यायची तुझी. तेव्हा सांगायची कादंबरीला. आणि तुला कोण रे विसरणार.. मीच काय .. हे ग्रुपमधले बाकी कोणीच विसरले नाहीत. " आकाशला छान वाटलं ते ऐकून.

" तुम्ही कधी निघणार आहात प्रवासाला... " आकाशने पूजाला विचारलं.

" माहित नाही.. कदाचित उद्याचा दिवस थांबू.. आणि तुझं काय... माघारी जाशील का सुप्री आली कि.... " आकाश काही बोलला नाही त्यावर. किंबहुना त्याला बोलायचेच नव्हते त्या विषयावर. पूजाला कळलं ते. " चल झोपूया ... बाकीचे गेलेही झोपायला. " पूजा उभी राहिली. आकाश त्या शेकोटीकडे पाहत होता. काहीतरी घालमेल सुरु आहे याच्या मनात, पूजा मनातल्या मनात बोलली. झोपायला निघून गेली. आकाश उशिरापर्यंत शेकोटीपाशी बसून होता.

सकाळ झाली. सुप्रीने अंदाज घेतला पावसाचा. पाऊस नाही येणार आता तरी. तोपर्यंत पुढे जायला हवे ना ..... तयारच होती ती. संजनाची तयारी झाली आणि दोघींनी देवळातून पाय बाहेर काढला. लगेचच आकाशला कॉल लावला. पहिल्या वेळेतच कॉल लागला.

" हॅलो .... हॅलो ... आकाश... कोणत्या मंदिरात आहेस. मी कालच एका मंदिरात जाऊन आली. तू नाही दिसला तिथे... नक्की कुठे आहेस ते सांग... " भरभर बोलून गेली.

" मी देवळात नाही आहे आता ... जरा पुढे आलो आहे. " हे ऐकून सुप्री संतापली.

" अरे ... !! याला काय अर्थ आहे , इतकं सांगून सुद्धा पुढे गेलास तू... मी येते आहे असं बोलली होती ना तुला ... तरी ... " ,

" सुप्री .... शांत होशील का जरा ... मी .... " अचानक फोन कट्ट झाला. पुन्हा लावला तर लागलाच नाही. सुप्रीच्या डोळ्यात पाणी आलं.

" काय झालं सुप्री .... आकाश सोबत आधी अशी , या स्वरात कधी बोलली नाहीस ... ",

" चुकलं गं माझं... राग आला त्याचा... म्हणून ओरडली त्याला. बघ ना , पुढे गेला आहे तो ... त्याला इतके मेसेज पाठवले , कॉल करून सांगितलं थांब तरी पुढे गेला.. राग नाही येणार का ... " सुप्री जागीच थांबली.

" का थांबली... ".... संजना.

" अगं .. पुढे तरी कुठे जायचे.... मोबाईल लागत नाही त्याला . तो नक्की कुठे गेला , कुठे आहे ते माहित नाही.... जायचे तरी कुठे मग ... " ते ऐकून संजनालाही प्रश्न पडला. संजना आजूबाजूला पाहू लागली. दूरवर काही तंबू दिसले तिला.

" चल .. तिथे काही लोकांचा ग्रुप दिसतो आहे .. फिरायला आले असतील. त्यांना विचारू पुढचा रस्ता." संजना बोलली पण सुप्री तयार नव्हती. संजना ओढतच घेऊन गेली तिला. जास्त पुढे गेल्या नसतील त्या. त्यांना एक मुलगी फोटो काढताना दिसली.

" Hi ,.... मी संजना... आम्हाला जरा इथली माहिती मिळेल का ... " ,

" हो .. हो , का नाही... कुठे निघाला आहात... By the way ... मी कादंबरी... " कादंबरीने हात पुढे केला.

" कुठे जायचे आहे तेही नाही माहित मला " संजना बोलली. कादंबरी या दोघींच्या तोंडाकडे पाहू लागली.

" Actually , तुमच्याकडे मोबाईल आहे का .. " सुप्रीच बोलली शेवटी.

" आहे पण इथे नेटवर्क नसते. " कादंबरी बोलली. सुप्रीचा चेहरा पडला. कादंबरीला काही सुचलं.

" तुम्ही दोघींनी काही खाल्लेलं दिसतं नाही. चेहऱ्यावरून कळले मला . तुम्हाला भूक लागली आहे ते. तो तिथे आमचा कॅम्प लागला आहे. चला काही

खाऊन घ्या.... जरा आराम करा. शिवाय माझी friend तुम्हाला माझ्यापेक्षा चांगली माहिती देऊ शकते या भागाची. " त्या शेवटच्या वाक्यावर सुप्री तयार झाली.

" तुम्ही थांबा इथेच... " कादंबरीने सुप्री -संजनाला कॅम्प जवळ आणले. " मी माझ्या friend ला बोलवून आणते , ती मागच्या बाजूला जेवणाची तयारी करते आहे. " कादंबरी निघून गेली. तितक्यात सुप्रीचे लक्ष सर्वांत शेवटी असलेल्या तंबूकडे गेलं.

" संजू .... आकाशचा tent ... " संजनाने बघितलं त्यादिशेने.

" नसेल गं ... रंग सारखा असला कि काय तो आकाशचा tent असणार का ... काही पण तुझं ... ",

" नाही.. मला माहित आहे ना ... आकाशाचाच tent आहे तो ... चल ना जवळ जाऊन बघू... सुप्री बोलली आणि निघाली सुद्धा. तंबू जवळ पोहोचली. आणि आत वाकून बघणार तोच कादंबरीने तिला हाक मारली.

" काही पाहिजे आहे का ... " सुप्रीला विचारलं तिने.

" नाही सहजच ..." पूजा आली मागोमाग.

" Hi ... मी पूजा.. कादंबरी बोलली तुम्ही रस्ता चुकलात.... " पूजा या दोघींना संबोधून म्हणाली.

" हो हो ... जरा पुढे कोणते गाव , वाट आहे ते सांगशील का ... " संजनाच बोलत होती. सुप्री वाकून वाकून त्या tent कडे पाहत होती. पूजाच्या नजरेतून सुटलं नाही.

" काय झालं ... मागे काय ... " पूजाने विचारलं.

" तो तंबू कोणाचा आहे ... ओळखीचा वाटतो. " ,

" माझ्या जुन्या मित्राचा....." ,

" नाव ... का .... य .... त्याचे ... " सुप्री पुढे विचारत होती आणि मागून आकाश आला. कानाला मोबाईल लावलेला. सुप्रीलाही त्याने पाहिलं. सुप्री पुढे आली. आता आकाश - सुप्री समोरासमोर. पूजा - कादंबरी- संजना... एका बाजूला झाल्या. " आकाश !! " सुप्रीने आकाशला मिठी मारली. कादंबरी पुन्हा confused.

" हॅलो .. excume me ... तू त्याला कशी ओळखते. तो तर आताच आला ना समोर... " आकाशने सुप्रीची मिठी सोडवली.

" निरू .... हीच सुप्री.. आणि तुझ्या शेजारी उभी आहे ना ... ती संजना ... माझ्या best friends " पूजाला तसे सांगितले होते आकाशने सुप्री बद्दल. कादंबरीला फक्त नाव माहित होते तिचे. आणि ती आकाशला शोधत येते आहे

इतकंच माहित होते. आता तर दोघे समोरासमोर होते.

" म्हणजे मी तर जोड्या जुळवणारी झाली तर.. पहिलं आकाश आणि पूजा .....
आता आकाश - सुप्री... तुम्ही सगळे काय get together खेळत आहात का ... "
कादंबरी काहीही बडबडत होती.

" कसा आहेस ? " सुप्रीने आकाशला विचारलं.

" आहे ... ठीक आहे... " ...आकाश...

" निघूया का .... " ,

" कुठे ? " ,

" घरी ... शहरात... " सुप्रीकडे बघतच राहिला आकाश. पूजाला कळलं, पुन्हा
याच्या मनात घालमेल सुरु झाली आहे.

" डब्बू .... या दोघी दमलेल्या , भुकेलेल्या वाटतात.... आराम करा आज. उद्या
पाहिजे तर निघा ... चालेल ना सुप्री... " पूजाला सुप्री नकार देऊ शकत नव्हती. तरी
आकाशच्या चेहऱ्यावरून काहीच कळत नव्हते. आकाशने त्या दोघींना त्यांचा तंबू
उभा करून दिला. दुपारचे जेवण सर्वांनी एकत्र केले. सुप्री - संजनाची ओळख करून
झाली सर्वांशी. कादंबरीचे छान जमले या दोघींशी. आकाश या काळात गप्पच
होता. दुपारीच जेवण झाल्यावर निघून गेलेला तो कुठेतरी.

" आकाशला पाहिलं का तू ... दिसत नाही तो ... " सुप्री आलीच विचारायला
कादंबरीला .

" नाही ... पूजाला माहित असेल .. " ,

" कुठे आहे ती ... " ,

" चल दाखवते कुठे आहे ते ...... " कादंबरी सुप्रीला घेऊन मागच्या बाजूला
आली. पूजा काहीतरी लिहीत बसली होती.

" ती काही काम करते आहे असे वाटते . " सुप्रीने दुरूनच पाहिलं.

" आमच्या दोघींचा ट्रॅव्हल ब्लॉग आहे ना... त्यात पूजा लिहिण्याचे काम करते
आणि मी फोटोग्राफी. " ,

" खूप छान गं ... मग हे असे लिहून झाले आणि फोटो काढून झाले कि शहरात
कधी जाता ... " ,

" नाही ... आम्ही नाही जात ... सर्व काम इथेच .... इंटरनेट वरून ... " ,

" मग घरी कधी जाता ... ,"

" नाहीच जात... हे tent आहेत ना ... तेच आमचे घर .. " सुप्रीला काहीच कळलं नाही कादंबरी काय बोलते आहे नक्की..

" घरी का जात नाही ... " सुप्रीने दबक्या आवाजात विचारलं. कादंबरी smile केले फक्त.

" आहेत काही कारणे ....जाऊ दे ते ... " पुजाजवळ आल्या दोघी.

" ये पोरी ... तुझा डब्बू कुठे गेला ते सांग हिला .... विचारत होती... " ,

" डब्बू ?? " सुप्रीला माहित नव्हते ते .

" अगं ... आकाश ना ... जरा पाय मोकळे करायला गेला आहे. संध्याकाळ पर्यंत येईल असं बोलून गेला. तुला काय न सांगता गेला का तो ... येईल .... येईल ... " सुप्री उगाचच खोटं खोटं हसली. कादंबरी तिचा कॅमेरा घेऊन गेली आणि पूजा तिच्या लिखाणात गढून गेली.

सुप्री संजना शेजारी आली. संजनाचे भरपेट जेवण झाले होते. तिच्याच तंबूत झोपली होती. सुप्रीला पाहिलं तिने.

" काय ग ... चेहऱ्यावर १२ का वाजले आहेत.. " ,

" त्या आकाशचं काही कळत नाही.... असं वाटते मला टाळतो आहे तो .... " ,

" असं काही नाही आहे . उगाचच इतका टोकाचा विचार करू नकोस .... " संजनाने जरा रागातच उपदेश केला. सुप्री गप्प बसून राहिली. संध्याकाळ झाली आणि आकाशचे आगमन झाले. कोणाशी काही न बोलता त्याच्या तंबूत जाऊन बसला आणि त्याचा दरवाजा लावून घेतला. सर्वच रात्रीच्या जेवणाच्या कामात असल्याने कोणाचेच लक्ष आकाश वर नव्हते. पूजाने मात्र पाहिलं त्याला. पण गेली नाही त्याच्याकडे. तीही विचार करू लागली. मागोमाग तिची शेपूट 'कादंबरी' आलीच. " भौ .... !! " कादंबरीने पूजाला घाबरवले. पूजाचे लक्ष नव्हते तिच्याकडे.

" आता कसला विचार करते आहेस ...... तुझा डब्बू भेटला तुला.... तू जिथे घेऊन जाते आहेस , तिथे यायला सर्व तयार आहेत. ... आता का टेन्शन... ",

" तस नाही गं ... डब्बूचा विचार करते आहे... वेगळाच भासतो... म्हणजे आधी होता मुक्त .... तसा अजिबात नाही. सतत तणावात वावरतो आहे. " कादंबरीला काय कळणार .

" जेवण होईल आता ..... जेवायला बोलावू का त्याला .. " ,

" मी बोलावीन... " ,

" आणि उद्या निघणार आहोत , ते तरी सांगितलं का त्याला.. " कादंबरीने आठवण करून दिली.

" जेवताना सांगीन सर्वांना... उद्याच निघू... तसेही ३ दिवस झाले , इथेच अडकून पडलो आहोत... प्रवास आणि चालणारे पाय .... कधीच थांबले नाही पाहिजेत ....." पूजा बोलून निघून गेली. कादंबरी आकाशच्या तंबू कडे पाहत होती.

जेवायला बसले सर्व. आकाश अजूनही त्याच्या तंबूतच बसून. न राहवून पूजाच त्याला घेऊन आली. पूजा बद्दल , कादंबरीने सुप्रीला आधीच माहिती पुरवली होती. आकाश आला जेवायला. सुप्री शेजारीच बसला. थकलेला वाटत होता. कमीच जेवला. जेवताना पूजाने सांगितलं सर्वांना. " सर्वांनी लक्ष द्या... काही बोलायचे आहे. उद्या निघतो आहोत आपण पुन्हा प्रवासाला. तर तशी तयारी आताच करून ठेवा सर्वांनी. उद्या सकाळी लवकर निघू. आज सर्वांनी लवकर झोपा. उद्या जर वातावरण चांगले असेल तर जास्त अंतर पार करता येईल. " जेवण झाल्यावर सर्वच आपापल्या तंबूत जाऊन बसले, उद्याची तयारी करत. आकाश अजूनही शांत होता. सुप्रीला त्याच्याशी बोलायचे होते. आज पुन्हा आकाश त्या शेकोटी जवळ बसून होता.

संजनाला तसंच सोडून सुप्री आकाशपाशी आली. पूजा त्यांना दुरूनच पाहत होती. सुप्रीची चाहूल लागली आकाशला.

" बस ... जेवलीस ना पोटभर. " आकाशचा प्रश्न.

" हो ... पण तू नाही जेवलास ... तब्येत ठीक आहे ना.. सकाळी भेटल्यापासून काही बोलला नाहीस. दुपारी कुठे गेलास तोही आता संध्याकाळी आलास. मला वाटते .... " ,

" काय वाटते .... " ,

" मला टाळतो आहेस तू असं वाटते मला ... " या वाक्यावर सुप्रीकडे वळला.

" असं का आले तुझ्या मनात... आणि मला जर तुला टाळायचे असते तर मी आता कुठे आहे हे सांगितलंच नसतं तुला .... बरोबर ना ... " सुप्री गप्प ... नंतर बोलली ...

" यांना कसं ओळखतो तू ... " ,

" माझा जुना ग्रुप आहे हा .. " ,

" कधी सांगितलं नाहीस यांच्याबद्दल ... " ,

" कधी विचारलं नाहीस तू ... माझ्या भूतकाळाबद्दल... "

सुप्रीला असा संवाद नवीन होता. आणि ते खरं हि होते. तिच्या आठवणीत तरी आकाश बद्दल कधी काहीच विचारलं नव्हते तिने. तात्पुरता हा विषय नको म्हणत सुप्रीने विषय बदलला.

" उद्या हे जातील सकाळी , आपणही उद्याच निघूया का ... घरी जायला. " सुप्रीच्या या प्रश्नावर आकाशने उत्तर दिले नाही. खूप वेळ शांततेत गेला. " बोल ना आकाश !!.... " बोललाच आकाश.

" सुप्री ... मला ना काय झालं आहे माहित नाही... २ वर्ष मी यासर्वांपासून दूर होतो. अचानक यात प्रवेश केला आणि सर्व जुन्या आठवणी दाटून आल्या. त्या अपघातात विसरलो असेन, पण आता सर्व आठवणी मला माझ्या समोर दिसतात ... असं वाटते माझ्या सर्व समोर घडते आहे. मी आठवणीत , भूतकाळात कधी रमत नाही, पण जेव्हापासून हा प्रवास सुरु केला आहे ना , तेव्हापासून वाटते कि त्या सर्व आठवणींनी माझे पाय जखडून ठेवले आहेत... समजते आहे ना तुला... फोटोग्राफी तर दूरच राहिली, मला धड रस्ते हि कळत नाही आहेत , सर्वच अनोळखी वाटतात .... असं वाटते हरवून जाईन यात मी... " आकाश डोकं धरून बसला. सुप्री अधिकच कावरीबावरी झाली.

" नको ना विचार करू इतका ... आपण जाऊ शहरात पुन्हा... नव्याने सुरु होईल सर्व.. ",

" कसं सांग ... तू आलीस इथे ... मागोमाग ... तेही मला आवडले कि नाही ते सांगू शकत नाही... तू आलीस , त्याचा आनंद मानावा कि मी पुन्हा शहरात जाईन त्याचे दुःख... मी काय करू सांग, तो गणू सुद्धा नुसता हसत बघत असतो माझ्याकडे .... काहीच मदत करत नाही... आणि शहरात गेल्यावर कस ठीक होणार आहे सर्व .. मन तर इथेच राहणार ना माझं ... " बोलता बोलता आकाश अचानक थांबला.

" काय झालं ... " सुप्री त्याला बिलगून बसलेली.

" मी आपल्या भविष्याचा काही विचार केला आहे.. एकदा का तुझ्यासोबत संसारात अडकलो कि हे असे फिरता येणार नाही मला. ",

" असं काही नाही... तू जाऊ शकतोस ... तुला वाटेल तेव्हा , वाटेल तिथे... तुला कोण अडवणार.... ",

" नाही .... तू बोलते तेवढे सोप्पे नाही ते.म्हणूनच मी विचार केला. उद्यापासून हे सर्व निघतील पुढच्या प्रवासाला. कदाचित हि शेवटीच भटकंती असावी माझी, त्याच्या सोबत ती भटकंती पूर्ण करू दे मला. त्यानंतर मी कधीच म्हणजे कधीच अश्या प्रवासाचा हट्ट करणार नाही. ",

" अरे पण ..... ",

" प्लिज प्लिज सुप्री ... नको थांबवू .. हाच माझा शेवटचा प्रवास ... त्याचाच विचार करत होतो दुपारपासून. विचार पक्का केला. तुही येणार असशील सोबत तरी चालेल. म्हणजे तुझ्याही काही राहणार नाही मनात. उद्या निघू सकाळीच. तुला जमणार नसेल तर तू जाऊ शकते शहरात. हा प्रवास संपवून तुला शहरातच भेटेन. झोपूया का आता .... तुला वेळ देतो आहे विचार करायला. उद्या पहाटे सांगशील , अशी अपेक्षा करतो. " म्हणत आकाश उठून निघून गेला.

पूजाचे लक्ष या दोघांकडे होते. कादंबरीने विचारलं. "काय गं ... इतकं काय निरखून पाहते त्या दोघांना... ",

" असंच ... कदाचित वादळाची चाहूल असावी हि... " ,

" वादळ !! काही समजलं नाही मला... " ,

" आकाशच्या मनातले .. तो असा कधी नव्हता आधी. भीती वाटते ती त्याच्या मनातल्या भावनांची... उगाचच घाईघाईत कोणता चुकीचा निर्णय घेऊ नये त्याने असे वाटते... " पूजा झोपायला आली.

पूजा पहाटेच जागी झालेली. निघायचे होते ना. तिनेच सर्वांना जागे केले. अंघोळ वगैरे करून सारेच तयारीला लागले. पूजाचे लक्ष आकाशच्या तंबूकडे गेले. तंबू नव्हता तिथे. नंतर तिने सुप्री - संजनाच्या तंबूवर नजर टाकली. तर त्याही तंबू गुंडाळत होत्या. नवल वाटलं तिला. " Hi ... " मागून आवाज आला. आकाश होता मागे.

" आवरले का सर्वांनी... झाले असेल आवरून तर निघूया का .. " आकाश पाठीवर सॅक चढवत बोलला.

"कुठे ?? " ,

" कुठे म्हणजे आपल्या पुढल्या प्रवासाला... " पूजाला काहीच कळलं नाही.

" जरा स्पष्ट बोलतोस का डब्बू ... " तोपर्यंत सुप्री ही पूजा जवळ आलेली.

" सुप्रीला मी कालच माझा निर्णय सांगितला. आणि तो तिला पटला. तुझा तो अर्धवट राहिलेला प्रवास ... खरंतर माझ्यामुळे अर्धवट राहिलेला. तो प्रवास पूर्ण करणार आहे. तुमच्या सोबत. ..... सुप्रीही तयार झाली आहे. " पूजाला ते ऐकून काय रिऍक्ट व्हावे ते कळत नव्हते. एक वेगळीच भावना तिच्या चेहऱ्यावरून ओसंडून वाहत होती.

" चल चल निरू .... जास्त वेळ नको दवडू. निघायला हवे ना ... " आकाश वेगळाच भासत होता.

" खरच का ... " मागून कादंबरी आली. " बर झालं ... आता पूजाच टेन्शन गेले.... " कादंबरी बोलली.

" चला .. मग ... निघूया .. थांबायचे नाही आता.. " आकाश बोलला आणि बाकी सर्व त्याच्या मागून चालू लागले. पण सुप्रीच्या चेहऱ्यावर काहीवेगळंच होते. पूजाच्या नजरेतून सुटलं नाही ते. पूजाला झालेला आनंद आता काळजीत बदलला.

पूजाने सुपारीला एका बाजूला घेतलं. " तुम्ही तर शहरात जाणार होता ना... " सुप्री गप्पच होती. शेवटी बोलवं लागलं.

" आकाश बोलला , आपल्या लग्नापूर्वींचा शेवटचा प्रवास हा... तोच बोलला कि लग्नानंतर अश्या कुठल्याच भटकंती साठी हट्ट धरणार नाही. त्यानेच निर्णय घेतला कि हा शेवटचा प्रवास करावा. मीही काही बोलू शकली नाही त्याला. " बोलता बोलता तिलाही वाईट वाटलं. पूजाला शॉक बसल्या सारखं झालं.

" आणि तू काही बोलली हि नाहीस काही.. " सुप्री गप्प झालेली पुन्हा . सुप्रीला मागे सोडून भरभर चालत तिने आकाशला गाठलं.

" थांब डब्बू ... बोलायचे आहे तुझ्याशी... " आकाशने बाकी सर्वांना पुढे जायला सांगितले. कादंबरीसहित बाकी सर्वच पुढे चालत गेले. सुप्री -संजना मागून चालत आल्या. त्या दोघींना थांबवलं पूजाने.

" डब्बू ..... काय बोललास तू सुप्रीला.. शेवटचा प्रवास ... यानंतर कधी प्रवास करणार नाहीस... काय चाललय हे ... " ,

" हो ... घेतला मी तसा निर्णय... " ,

" वेडं लागलं आहे का तुला ... तरी वाटलंच होते मला ... भावनेच्या भरात काही चुकीचा निर्णय घेणार तू ... तसंच झालं. " पूजा बोलली.

" नाही निरू .. " आकाशने पूजाच्या खांद्यावर हात ठेवला. " काहीच चुकीचं नाही आहे. मलाही हा प्रवास करायचा होता. निघतो आहे ना आता .... चल ... काहीच चुकलं नाही ... " ,

" अरे !! तरी सुद्धा ... " ,

" निरू ... नको बोलू काही आता ... मीही थकलो आहे विचार करून करून ... खूप वर्ष असाच जगत आलो ना ..मोकळा एकदम ... आता नाही झेपत हे विचारांचे ओझे... आभाळानेच का सर्वांना सामावून घेयाचे प्रत्येक वेळेस ... कधी कधी आपणही व्हावे आकाश ... मगच कळते , भरलेल्या आभाळाचे दुःख काय असते ... " सुप्रीकडे पाहत आकाश बोलला. पूजा समजली. " चला निघूया ... सुप्री - संजना ... तुम्ही दोघी पूजा सोबत असणार या प्रवासात .. मला पुन्हा या ग्रुपच्या

पुढे राहायचे आहे ... कदाचित .... शेवटच्या वेळी .. " आकाश निघून गेला पुढे. संजना - सुप्री - पूजा ... तिघी एकमेकींकडे पाहत ... थोड्यावेळाने त्याही निघाल्या.

===

तिथून खालीच असलेल्या गावात पोहोचले सगळे. विचारत विचारत निघाले. आकाशला माहिती हवी होती ती पूजाने सांगितलेल्या गावाची.कोणाला विचारले तर तसे कोणते गाव होते हेच कोणाला माहित नव्हते. त्यातल्या त्यात एकाने सुचवलं. गावच्या शाळेचे मास्तर, गावात तेच वयस्कर होते. त्यांना काही माहिती असल्यास , नाहीतर कोणालाच माहित नाही. जायचे तर होतेच. शाळेतच राहायचे ते, अशीही माहिती मिळाली.

" गावातले शिक्षक ... शाळेतच राहतात का... " कादंबरीचा आकाशला प्रश्न. या प्रवासाला सुरुवात झाल्यापासून कादंबरी आकाश सोबतच चालत होती. कादंबरीचा प्रश्न ऐकून आकाशला हसायला आलं.

" इतकी वर्ष फिरते आहेस ना ....निरू सोबत ... तरी माहिती नाही. " ,

" काय ते ... ",

" अगं ... असं कोणी शाळेत राहते का.... तो माणूस बोलला ना ... फार वयस्कर आहेत.... वय झालं म्हणून शाळेतच राहत असतील. रोजची दगदग कशाला... " बोलता बोलता सारेच त्या गावातल्या शाळेजवळ जमा झाले. आकाशने सर्वांना बसायला सांगितलं. आकाशने बाहेरूनच आवाज दिला.

" कोणी आहे का शाळेत .... गुरुजी ... !! गुरुजी आहेत का ... " आतून काहीच प्रतिसाद आला नाही.

" कदाचित , कोणी नसेलच आतमध्ये... " कादंबरीने शंका व्यक्त केली. आकाशला हि तसेच वाटले. " निघूया ... पुढे विचारू कोणाला तरी... " म्हणत आकाशने त्याची सॅक पुन्हा पाठीवर चढवली. आणि आतून कोणीतरी बाहेर आले. वयस्कर होते तरी अजूनही फिट दिसत होते. हेच ते गुरुजी असावेत असा अंदाज आकाशने लावला.

" तुम्हीच ना गुरुजी ... " आकाशने विचारलं.

" होय ...मीच... काही काम होते का ... " गुरुजींनी या सगळ्या ग्रुपकडे पाहिलं. १०-१५ लोकं. पुरुष-बायका ... " कुठून आलात ... तुम्हाला आराम करायचा आहे का शाळेत ... करू शकता ... नाहीतरी शाळेला सुट्टी आहे ... " ,

" नाही नाही .. गुरुजी .... आम्हाला एका गावाची माहिती हवी होती. " ,

" कोणते गाव ? " ,

" निरू .... इकडे ये .... " आकाशने पूजाला हाक मारली. " तुला माहित आहे ना त्या गावाचे वर्णन ... सांगून बघ यांना ... माहित असेल तर सांगतील. " पूजा पुढे आली. आणि पाठोपाठ सुप्री आकाशच्या शेजारी येऊन उभी राहिली.

" गुरुजी .... माझे आजोबा सांगायचे मला , त्यांच्या गावाच्या गोष्टी.... मोठठ गाव होते, बाजूला दोन नद्या १२ महिने वाहत असायच्या. आजूबाजूला डोंगर... ", पूजा पुढे काही बोलणार तर गुरुजींनी मधेच तिचे वाक्य तोडलं आणि स्वतः बोलू लागले. " गावात मोठी मोठी झाडे.... सुखाने नांदलेले गाव... शेत जमिनींनी फुललेलं गाव... वाऱ्यावर डोलणारे गाव .... बरोबर ना " पूजा हरखून गेली.

" हो ... हो ... हेच .... तेच ते गावं.. तुम्हाला कस माहित ... हे असे माझे आजोबा वर्णन करायचे ... ",

" आजोबा ... !! महाद्या.... हा..... महादेव नाव त्याच .... वाड्यातल्या महाद्याची नात का तू .... " गुरुजी आठवून आठवून बोलले.

" हो ... आजोबांचा वाडा होता , असे सांगायचे ते ... महादेवच नाव आजोबांचे.... बरोबर ओळखलं तुम्ही ... " पूजा किती आनंदात होती.

" महाद्या आणि मी ... लंगोटी यार .. एकत्रच शिकलो ... त्यांच्या वाड्याशेजारी आमचे घर होते... मोठा वाडा .... गावाच्या मधोमध ... असं डोंगरावर उभे राहील कि त्याचा वाडा पहिला दिसायचा आणि वाड्याच्या गच्चीवर गेले कि पूर्ण गाव ... शेतं दिसायची... " पूजा खाली मांडी घालून बसली.

" ते शहरात कसे बंगले असतात ... त्याही पेक्षा मोठा वाडा... वाड्यासमोर असं पसरलेलं अंगण... त्यात किती ती फुलझाडं .... बापरे !! तुझा आजोबा पैसेवाला होता हा .. " गुरुजी हसू लागले सांगताना.

"त्याच गावात निघालो आहोत आम्ही.... ते गाव बघायचे मला ... तो वाडा बघायचा आहे ... " पूजा आनंदात सांगत होती.

" शक्य नाही ते ... ",

" का ? ",

" बघ .... आम्ही गाव सोडलं तेव्हा मी आणि तुझा आजोबा ... १०-१२ वर्षांचे होतो. आता मी झालो ७५ वर्षाचा... म्हणजे जवळपास ६० वर्ष तरी झाली आम्हाला गाव सोडून.. काय राहीलं असेल तिथे आता... कशाला जाता तिथे... ",

" पण गुरुजी ... असं ऐकलं आहे मी ... कि पूर्वीचे बांधकाम मजबूत असते ... " संजना बोलली.

" हो ... असते मजबूत ... तेव्हा गावात मी तरी कोणते घर पावसात पडलेले पाहिले नव्हते... तरी इतकी वर्ष कोणी राहत नाही तिथे ... काय सांगू शकत नाही

ना ... काही राहील असेल तिथे... " ,

" आजोबा .... i mean गुरुजी... इतके छान गाव... का सोडले तुम्ही... मस्त होते ना .... सोडायचे कशाला... " कादंबरीने अडखळत प्रश्न केला.

"त्या दोन नद्या होत्या ना ... त्यावर सान्या गावाचे पोट होते. एक वर्षी पाऊस खूप कमी पडला. आणि अचानक दोन्ही नद्यांचे पाणी कमी होऊ लागले. त्या वर्षी निभावले सान्यांचे. पण पुढल्या वर्षी तर झालंच नाही पाऊस. भरीस भर म्हणून दोन्ही नद्या एकदम गायब झाल्या. तेव्हाची जुनी लोकं बोलायची. नदी मार्ग बदलते नाहीतर पृथ्वीच्या पोटात जाते. तसेच झाले असेल काही. दोन वर्ष असाच भयंकर दुष्काळ पडला गावात. काहीच पिकलं नाही शेतात. पर्याय नव्हता. बरीच जनावरं , माणसं मेली. उरलेले होते ... ते सर्व हातात मिळेल ते आणि घेऊन जाता येईल असं घेऊन निघाले... सगळ्यांनीच गावं सोडला. " गुरुजी जुन्या आठवणी सांगत होते.

" सगळे या गावातच आले का ... " आकाशने विचारलं.

" नाही. ज्याला जी वाट आवडली तो त्या वाटेने गेला. हिचा आजोबा... त्याचे घरातले श्रीमंत होते. शहराकडे गेले. माझे बाबा , शिक्षकच होते. या गावात ओळख निघाली. राहिले इथे. बाकीचे माहित नाही. पण तुम्ही कशाला जाता परत तिथे... त्या महाद्याने पाठवले वाटते... आहे कसा आता तो ... " गुरुजी पूजाला विचारत होते.

" आजोबांना जाऊन ४ वर्ष झाली आता. " गुरुजींना वाईट वाटलं ... मित्रच शेवटी.

" छान होता महाद्या... त्याच्याच अंगणात खेळत राहायचो आम्ही सारे मित्र. मी तर कधी त्याच्याकडे जेवायलाही असायचो ..... " गुरुजी आठवणीत रमले. " ते गाव उभे तरी असेल का माहिती नाही... हरवून गेले ते गाव. कोणाला माहीतही नसेल असे कोणते गाव होते कधी. "

" आम्हाला पाहायचे आहे एकदा तरी .... आठवणीत ठेवायला. " आकाश बोलला. गुरुजी आठवू लागले .

" नक्की कुठे आहे ते सांगू शकत नाही. एवढ्या वर्षांनंतर त्याचा रस्ता लक्षात नाही आता. तरी हिचा आजोबा सांगायचा तसे गेलात तर ... गावाच्या बाजूला ३ डोंगर आहेत, ४ म्हणालात तरी चालेल. मधोमध गाव आहे ते. हे असे खाली जमिनीवरून चालत गेलात तर दिसणार नाही ते. या समोर डोंगर रांगा दिसतात ना ... तसे चालत गेलात तर दिसेल. डोंगरच्या मध्ये लपलेलं ,वसलेलं गाव. "

" चालेल गुरुजी ... आम्ही निघतो ... खूप खूप आभार !! "... पूजा ...

" एक सांगतो... ऐकून जा ... प्रवास सोप्पा नाही तो. तुम्हाला अश्या ठिकाणी जायचे आहे , जिथे कोणी जात नाही. काही लागली तरी मदत मिळणार नाही कोणाची. त्यात पावसाची सुरुवात. या भागात वादळे येतात वरचेवर. मी लहानपणी तशी वादळं अनुभवली आहेत. खडतर प्रवास आहे. " पूजा ते ऐकून उभी राहिली.

" गुरुजी , आता तर ठरवलं ना ... प्रवास तर करणारच पूर्ण... " निघाले सर्व . सुप्री यावेळेस आकाश सोबत चालत होती.

" मलाही या वेळेचा प्रवास कायमचा आठवणीत कैद करायचा आहे. " आकाश सुप्रीला बोलला. सुप्रीला खरंतर वाईट वाटलं. निव्वळ आपल्यासाठी त्याची आवड कायमची सोडणार आहे. असा विचार मनात आला आणि सुप्री जागच्या जागी थबकली. आकाश त्याच्याच धुंदीत पुढे चालत गेला. मागून संजना होतीच. तिनेच सुप्रीला सोबत घेतलं.

त्या गुरुजींनी सांगितल्या प्रमाणे , यांनी सुरुवातीला समोर असलेल्या पठाराकडे कूच केली . आकाश - पूजा सर्वात पुढे.

" चल डब्बू... पळायची शर्यत लावूया का .... आठवले का ... आधीच ... " पूजाने आठवण करून दिली.

" हो हो .. अशी सपाट माळरानं दिसली कि पळत जायचो... पहिला कोण पोहोचते त्यासाठी. " ,

" चल ... लावूया का शर्यत .... " पूजाने पुन्हा विचारलं.

" तयार !! १ .... २ .... ३ .... " म्हणत दोघेही पळत सुटले. पूजाच्या ग्रुपला या दोघांची सवय माहित होती. कादंबरी, सुप्री -संजना यांना सोडून.

" यांना काय वेड लागलं आहे का ... " कादंबरीने सुप्रीला विचारलं. " तो वेडाच आहे आधीपासून ... फक्त आता मी आहे सोबत त्याच्या .... इतकाच काय तो फरक... " सुप्रीच्या बोलण्यातले दुःख जाणवत होते. पूजा आणि आकाश धावत एका ठिकाणी पोहोचले. आकाश आधी पोहोचला आणि जागच्या जागी उड्या मारू लागला. अगदी लहान मुलासारखा ... केवढा तो आनंद झालेला त्याला. आकाशला तस हसताना पाहून सुप्रीला जुना आकाश आठवला. असाच हसायचा तो भटकंती करताना. त्याच ते असं हसणं ... गेल्या २ वर्षांनंतरचे असाव ना... शहरात असताना हसणे आणि आताचे हसणे, यात खूप फरक होता , कारण आता तो निसर्गात होता. सुप्रीने स्वतःलाच तो फरक समजावून टाकला.

गप्पा -टप्पा मारत दुपारपर्यंत पुढे चालत गेले. आकाश - पूजा ग्रुपच्या पुढे , बाकी सर्व मागे. सुप्री - संजना - कादंबरी रमलेल्या गप्पात. जणू काही जुन्या मैत्रिणी.

" तुम्हाला कसं जमते ... शहरापासून दूर राहायला. " संजनाने विचारलं कादंबरीला.

" सवय झाली .... निघाले तेव्हा घाबरली होती. आता चालून जाते सर्व .. " ,

" आकाशला कधी पासून ओळखते तू ... " आता सुप्रीचा प्रश्न.

" तुम्ही आलात ना .... त्याच्या आदल्या दिवसापासून... पूजाचा जुना मित्र आहे तो... " ,

" तरी तुम्हाला कधी वाटतं नाही ... शहरात परत जाऊ असे ... " सुप्री.

" आधी एक -दोनदा वाटलं ... त्या सोयी-सुविधा या अश्या ठिकाणी मिळत नाहीत. तेव्हा वाटलेलं ... कशाला आले इथे.. नंतर कळलं , हेच खरं जगणं... मनात काहीच राहत नाही अश्या वातावरणात, मुक्त जगायचं.... त्या पाखरांसारखं.... " एक मोठ्ठा थवा वर उडत जात होता.

" किती छान वाटतात ना ते उडताना... आपणच वाईट , त्यांना पिंज्यात पकडून ठेवतो. " सुप्रीही पाहत होती त्या थव्याकडे. आणि नजर गेली आकाशकडे. कसा हसतो आहे ना ... चालता चालता... तोही तर पक्षीच आहे ना .... स्वतंत्र... त्यालाही उडायचे असते नेहमीच ... बंधनात तर स्वार्थी लोकं अडकवतात त्याला. आपल्या सारखी माणसं .. सुप्रीच्या मनात विचार येऊन गेला.

आणखी काही पावलं चालून त्यांनी थांबवायचा निर्णय घेतला. आकाशने सांगितल्याप्रमाणे , अर्ध्या लोकांनी जेवणाची तयारी सुरुवात केली, उरलेल्या लोकांनी साऱ्यांचे तंबू उभे करायचे काम हातात घेतले. सुप्रीही तंबू उभे करण्यात मदत करत होती. सरतेशेवटी आकाश सुप्रीचा तंबू उभा करण्यासाठी सुप्रीजवळ आला. थोडावेळ तर पाहतच राहिले दोघे एकमेकांना. जणू काही अनोळखी दोघे. आकाशने तंबूकडे नजर टाकली. दोघे मिळून काम करत होते. एकही शब्द न बोलता. काम झालं.

" कशी आहेस थकली असशील ना ... आराम कर ... नंतर जेवायला ये ... " आकाशने सुप्रीला सांगितलं.

" तू नाही दमलास का ... " आकाश फक्त सुप्रीकडे पाहत होता. काहीच न बोलता आणखी कोणाला मदत हवी का ते बघायला पुढे गेला.

दुपारी जेवण झाली सर्वांची आणि सर्व पाय मोकळे करायला आजूबाजूला भटकू लागले. अचानक अंधारून आले. पावसाची चिन्हे . आकाश अंदाज लावत

होता पावसाचा. यांच्या कॅम्प पासून पुढे काही अंतरावर सुप्री बसलेली होती एकटीच. जुनी सवय तिची. काही झालं कि अशी एकटी जाऊन बसायची , सर्वांपासून दूर . आकाशने पाहिलं तिला. तिच्या जवळ आला.

" सुप्री ... एकटी काय बसली आहेस .... पाऊस येतो आहे ... tent मध्ये जाऊन बस ... " ,

" एकटीच बसणार ना ... तुला कुठे वेळ आहे माझ्याशी बोलायला. या प्रवासाला निघताना सुद्धा बोललास ... पूजा सोबत रहा, आधी किती प्रवास एकत्र केले आपण तेव्हा तर कधी बोलला नाहीस असं .... तेव्हा तुझ्या सोबतच पाहिजे असायची मी... असा का वागतो आहेस ... " ,

" सुप्री ..... काहीच गैरसमज करून घेऊ नकोस ... मला फक्त हा प्रवास पूर्ण करू दे ... तुला बघितलं कि सारखं वाटते ... तू मला इथून दूर घेऊन जायला आली आहेस ... त्यासाठीच हे .... फक्त हा प्रवास .... मला जगू दे यात , नंतर कधीच नाही थांबवणार तुला ... तू जे सांगशील ते करिन .... पुन्हा सांगतो .... गैरसमज आणू नकोस या मध्ये कुठेच ... मी तोच आकाश आहे ... तू ज्याला ओळखतेस तो ... " ,

" पण .... " सुप्री पुढे काही बोलणार होती . आणि एक थंड हवेचा झोत आकाशकडे झेपावला. सवयी प्रमाणे आकाश त्या दिशेने पुढे चालत गेला. प्रत्येक नात्यात काही त्रुटी असतात , नात्यांच्या भिंती कितीही सुंदर असल्या तरी काही भेगा असतात त्यात . आकाश खूप सांभाळून घेतो आपल्याला , आपणच त्या भेगा वाढवतो आहे का .... सुप्री त्याला दुरूनच पाहत होती. पुढे एका उंच ठिकाणी जाऊन पावसाचा अंदाज घेऊ लागला.

पूजानेही सुप्रीला बघितलं होते. तीही सांगायला आली. " अगं एकटी का बसली आहेस ... वादळ येते आहे बघ. चल लवकर खाली .... " सुप्रीने पूजाकडे पाहिलं. " चल लवकर ... बाकीचे सर्व त्यांच्या तंबूत जाऊन बसले आहेत .... तुला बघितलं म्हणून इथे आली .. चल पट्कन ... वादळ येते आहे ... " सुप्री उभी राहिली. एकदा तिने वर आभाळात पाहिलं . शिवाय समोर असणाऱ्या डोंगररांगांकडे बघितलं. " वादळ काय फक्त आभाळात आणि समुद्रात येतं असतात का .... मनातल्या वादळांचे काय करायचे मग ... कोणी थोपवायची ती वादळ .... " सुप्रीने दूर उभ्या असलेल्या आकाशकडे नजर टाकली. तो तर त्या वातावरणात मग्न झालेला होता. सुप्रीने पुन्हा पूजाकडे पाहिलं.

वाऱ्यानेही आता जोर धरला होता. केस उडून उडून चेहऱ्यावर येतं होते. तरी सुप्रीच्या डोळ्यात काय सुरु आहे , पूजाला कळलं. सुप्री निघून गेली कॅम्पच्या दिशेने. पूजा तिथेच उभी राहून कधी पाठमोऱ्या सुप्रीकडे पाही तर कधी वादळाचा अंदाज लावणाऱ्या आकाशकडे. बरोबर दोघांच्या मध्ये उभी होती ती. तिचे हि लक्ष समोर गेले. समोर असलेल्या डोंगररांगा आता जवळपास दिशेनाश्या झाल्या होत्या. दिसत होते ते फक्त त्यांच्या आकाराचे मनोरे .... इतके काळे ढग चाल करून येत होते समोरून .. अधे - मध्ये विजांचा प्रकाश आणि त्यानंतर येणारा आवाज मनात कालवा करत होता. सोबत सोसाट्याचा वाराही येणार... खरच मोठे वादळ येते आहे .... पूजा अजूनही सुप्री - आकाश कडे पाहत होती.

===

काळ्या ढगांनी सारे आभाळ भरून गेलेलं. जोराचा वारा वाहत होता. पाऊस कधीही सुरु होईल , मुसळधार पाऊस. त्यात हे सारेच एका पठारावर. त्यामुळे आणखी जोराचा वारा आला तर एखादं - दुसरा तंबू उडून जाण्याची शक्यता. मधेच विजांचा कडकडाट... काळोखी पसरलेलं आजूबाजूचे माळरान, एका क्षणात स्पष्ट दिसून जाई. एव्हाना सारेच आपापल्या तंबूत बसलेले. सुप्री अजूनही बाहेर पाहत होती. त्या ढगांचा काळा रंग .. आज जास्तच गडद आहे.. नाही का... !! सुप्री मनातल्या मनात बोलत होती. आकाशचा तंबू तिला दिसतच नव्हता. गेला असेल का आकाश बाहेर , वादळात. कि त्याच्या तंबूत येऊन बसला असेल. किती विचार करतो आपण... कि करूच नये विचार... पाऊस त्याला आवडतो , तशी मीही त्याला आवडते ना.... त्याच्यापेक्षा कमी प्रेम आहे का माझं... कि आपणच त्याला त्याच्या पासून दूर करतो आहोत.. आकाश बदलला आहे कि माझं आभाळ बदलते आहे... सुप्री विचार करत असताना तिला दुरूनच पाऊस येताना दिसला. गुपचूप तंबू लावून घेतला तिने.

दुपारचा पाऊस रात्रभर सुरु होता. कोणी बाहेर आले नाही किंवा कोणी तसा प्रयत्नही केला नाही. कोण बाहेर येणार त्या पावसात. बर्फासारखे थंड पाणी नुसते. पुन्हा कोणी आजारी पडलं तर प्रवास लांबणीवर जायचा. त्या गुरुजींनी सांगितलं होतेच, त्या गावात जाण्याचा मार्ग तसा खडतर. आता तर फक्त सुरुवात केली प्रवासाला. आणखी काय वाढून ठेवले आहे , काय माहित. पूजा बाहेरच्या पावसाला ऐकत होती आणि मनात विचार सुरु होते. कुठेतरी आकाश होता त्या विचारात, सुप्रीचे काय होणार ... आकाशचं काय नक्की .... काही कळत नाही.

दुसऱ्या दिवशी , सकाळ - सकाळी आकाशने सर्वांना जागे केले. पूजा आळस देतच तंबूतून बाहेर आली. कालचे काळवंडलेले आभाळ अजूनही तसेच होते. कादंबरी पूजा सोबतच होती.

" कशाला उठवले ... पाऊस आला तर... मला भिजायचे नाही हा ... आधीच सांगून ठेवते. " कादंबरी बोलली.

" नाही गं ... तू थांब जरा ... " पूजा आकाशला शोधत होती. दिसला आकाश तिला . " डब्बू... काय करायचे.. " ,

" काय म्हणजे..पुढे जायला पाहिजे ना ... " ,

" अरे पण पावसाची चिन्ह आहेत... भिजत जायचे का ... " पूजाच्या या प्रश्नावर आकाश आजूबाजूचे निरीक्षण करू लागला.

" पाऊस तर नाही येणार .. पण वारा असेल... कालच पडून गेला ना पाऊस.. वाऱ्यात तरी चालू शकतो ना आपण... चल निघू... सांग सर्वांना... पाऊस नाही तोवर पुढचा पल्ला गाठू... " आकाश वर आभाळात बघून बोलत होता. त्याने त्याच्या सामानाची आवराआवर सुरु केली.

पूजाला आकाशचे काही कळत नव्हते. तरी आकाश बरोबर बोलत होता. पाऊस पुन्हा सुरु होण्याच्या आत निघायला पाहिजे. शिवाय पावसाचे निदान करणारा एवढा मोठा अवलिया सोबत असताना कशाला फिकीर करावी, असा विचार करत पूजाने साऱ्यांना निघायला तयार केले. सुप्री -संजना पूजा सोबतच चालत होत्या. आकाश, अर्थातच सर्वात पुढे. सोबत कादंबरी. आकाश तिला फोटोग्राफीचे मार्गदर्शन करत होता. तिला कुठे माहित होते, तिच्या सोबत चालणारा कशी फोटोग्राफी करतो ते. तरी तीच कधी कधी आकाशला कसे फोटो काढावे ते सांगत होती. आकाश त्या बरोबरच पुढच्या प्रवासाची आखणी करत होता. पावसाची चिन्ह तर होतीच. काल आलेल्या पावसाने बरीच पडझड केलेली दिसत होती. झाडे पडलेली. मोठे मोठे दगड , त्यांची रोजची जागा सोडून नव्या ठिकाणी रुजू झाले होते.

तसं तर कालचे वादळ अजूनही वर आभाळात घोंगावत होते. तरी वाऱ्याचा जोर ओसरला होता. आभाळात काळ्या पण नवीन ढगांची रांगाच्या रांग लागली होती. जो तो आपली जागा पकडायच्या तयारीत... कादंबरीला गंमत वाटली.

" ये ... तुला कळते ना हे सारे... निसर्गातले... पूजा बोलायची.... कस काय कळते सारं ... "

" अनुभव लागतो याला मॅडम... नुसती फोटोग्राफी करून चालत नाही..... जग सुंदर आहे असं ऐकलं होते कुठेतरी.... आपणच पाहत नाही... थोडावेळ कॅमेरा ठेव आतमध्ये.... अशीच चालत रहा ... मागोमाग ... " तिने कॅमेरा ठेवला आतमध्ये आणि आजूबाजूला पाहू लागली.

हे सर्व सकाळी ६ वाजता निघाले होते. त्यामुळे काही वेळाने का होईना ... सूर्योदय झाला. पण त्याचा मार्ग काळ्या ढगांनी रोखून ठेवला होता. आता कुठे त्या ढगांतून कोवळी कोवळी किरणे डोकावत होती. ते देखील अगदी क्षणिक. वातावरणात जास्त करून पावसाचे वर्चस्व होते. त्याशिवाय पाऊस पुन्हा कोणत्याही क्षणी कोसळेल असे वाटत होते सारखे. आकाश निर्धास्त चालत होता पुढे म्हणून त्याच्या मागचे काळजी मुक्त होते. तसे पाहावे तर वातावरण छानच होते. सार्‍यांचा मूड छान होता. पूजा फक्त आकाश - सुप्रीच्या विचारात. आणि सुप्री .... तिच्याच विचारात, संजना सोबत असुनही तिच्याशी बोलत नव्हती. कालच्या वादळात स्वतःला हरवून बसलेली जणू.... पूजा होती शेजारी तरी स्वतःला एकटी समजत होती. आजूबाजूचा अंदाज घेऊन चालत होती. पूजाला कधीपासून बोलायचे होते तिच्याशी. पण तशी संधी मिळत नव्हती.

आणि तशी संधी मिळालीच, सकाळचे ९ वाजले, सतत ३ तास चालल्याने सर्वच थकलेले. आकाशला छान वाटलं. कारण नाही म्हणता म्हणता खूप अंतर पार केलेलं. त्यानेच थांबण्याचा निर्णय घेतला. एक छान , सुरक्षित जागा बघून सर्व थांबले. स्वतःही दमलेला, परंतु दुपारी जेवणासाठी काही पाहिजेच होते. कालसुद्धा रात्री कोणीच काही खाल्ले नव्हते. मग काय , बॅग लावली पाठीला. खाली एक गावं दिसत होते. निघाला गावाकडे. कादंबरीने पाहिलं त्याला. तीही मागोमाग. सोबतीला कॅमेरा. बाकी सर्व थांबलेले. बसून होते. सुप्री आकाशला जाताना पाहत होती. मागे कादंबरी गेली तेही पाहिलं तिने. तशीच बसून होती विचार करत.

पूजा बाजूला येऊन बसली तिच्या. शांत हवा वाहत होती आता. आभाळ अजूनही भरलेलेच होते. सुप्रीला कळलं कि पूजा बाजूलाच आहे.

" कुठे गेला आकाश ??" सुप्रीने पूजाकडे न बघताच तिला प्रश्न केला. पूजाला अपेक्षित नव्हतं ते.

" हं ... हा ... डब्बू ना ... सॉरी आकाश... आकाश खालच्या गावात गेला आहे... दुपारच्या जेवणाचे बघायला.. येईल इतक्यात.. " ,

" तुला कसं कळलं ... न सांगता .... न सांगताच गेला ना तो ... तुला कस माहित .... " पूजाला आवडला प्रश्न.

" understanding... !! आम्ही आधी फिरायचो ना ... तेव्हा अश्या खूप गोष्टी न सांगताच कळायच्या.... तसंच आताही .... "

===

कादंबरी आकाश सोबतच चालत होती. " ओ सर ... दाखवा कि फोटोग्राफी... मघाशी सांगितलं म्हणून कॅमेरा आत ठेवला मी. आता तरी दाखव ... . फोटोग्राफी... ती .. तुझी निरू ... किती काय काय सांगायची तुझ्या फोटोग्राफी बद्दल.. एकतरी फोटो काढून दाखव मला ... " आकाश कडे कॅमेरा नव्हता त्यावेळेस...

" हे काय ... कॅमेरा कुठे आहे तुझा... " ,

" दुसऱ्या बॅगमध्ये... " ,

" का ... आणि फोटोग्राफी चे काय ... " आकाशला गंमत वाटली.

" तुझा आहे कि कॅमेरा... त्याने कर तुझी हौस पुरी... " ,

" चालेल ... हा घे कॅमेरा... " कादंबरीने स्वतःचा कॅमेरा पुढे केला.

" तुझ्याकडेच ठेव... तुला सांगतो तसे फोटो काढ... "

दोघेच चालत खाली निघालेले. अचानक आकाश थांबला. " काय झालं ... थांबला का ... " आकाश तिचं बोलणे ऐकतच नव्हता. त्यामुळे ती आणखी confused . " आवाज येतो आहे का .... ऐक .... " आकाश बोलला तस कादंबरीही लक्ष देऊन ऐकू लागली. धबधबा आहे कुठेतरी... आकाशने अंदाज लावला आणि त्यादिशेने निघाला. एकटाच गेला तो. पुढे काही झाडं - झुडूप होती, त्यात शिरला आणि दिसेनासा झाला. कादंबरी तिथेच उभी. कसा विचित्र आहे हा ... गावात जायचे होते. कुठे जाऊन शोधू त्याला. असा विचार करतच होती. तर आकाश पुन्हा बाहेर आला.

" अरे !! तू इथेच उभी .. मला वाटलं मागेच आहेस माझ्या .... बरं , चल ... निसर्ग सौंदर्य ... फोटोत कैद करायला. " कादंबरीच्या डोक्यावरून गेले ते. तरी त्याच्या मागोमाग तीही त्या झाडा- झुडुपात शिरली.

प्रत्येक पावलागणिक धबधब्याचा आवाज वाढत जात होता. जोराने वरून खाली पडणारा धबधबा असावा , असं फक्त आवाजाने कादंबरीने ओळखले. कारण पाण्याचे तुषार उडत होते. त्यात वाराही गारठला होता. वाऱ्याच्या प्रत्येक झुळुकेत

पाणी होतेच. पुढच्या पाच मिनिटात हे दोघे त्या जागी पोहोचले.

    " घे... तुला हवे तितके फोटो काढ.. ..... हा फक्त पाण्यापासून कॅमेरा वाचव. " आकाश हसत म्हणाला. " आणि हो ... जास्त पुढे जाऊ नकोस... खालून वारा प्रचंड वेगाने येतो वर ... सांभाळून ... मी आहे मागेच ... "

कादंबरी पुढे आली. आकाश बोलल्याप्रमाणे वाऱ्याला फार वेग होता. समोर एक लहानशा डोंगर.... पठार म्हणाला तरी चालेल. तिथून तो धबधबा कोसळत होता. मातकट पाणी. नुकताच पाऊस सुरु झालेला ना... त्यात कालच्या मुसळधार पावसाने सुटी असलेली माती त्या धबधब्यात आणून मिसळली होती. ती माती घेऊन , पाणी जोराने स्वतःला झोकून देत होते. खाली वाहणाऱ्या नदीत तो करडा, लालसर रंग मिसळून जात होता. नदीही निळ्या रंगाची. अशी निळाई फक्त चित्रांमध्ये बघायला मिळते. त्या नदीचा निळा रंग आणि धबधब्यातून पडणारे ते मातकट लाल पाणी, तात्पुरते न मिसळता , आपापला वेगळा मार्ग बनवत चालते झालेले. एका बाजूला निळा, त्याच्या शेजारी लाल... कशी निसर्गाची किमया. वारा सुद्धा उनाड.... त्या पाण्यासोबतच वेगाने खाली येतं होता आणि ते झालं कि नदी समान वाहत जायचा, त्यापुढे कादंबरी उभी होती त्या डोंगराकडे धाव घेयाचा. तीही वेगवान धाव.... थोडासा त्यातलाच वारा, उलटा वाहायचा कधी.... धबधब्याचे काही पाणी उलट घेऊन जायचा आणि वर उडवायचा.... काय नुसते खेळ खेळत होता वारा... कादंबरी विसरून गेली फोटोग्राफी... "आ " वासून पाहत होती.

===

" डब्बू !! छान नाव आहे ... तू ठेवलंस का .. " सुप्री पूजा सोबतच बोलत होती.

    " मी नाही ... त्याची आई बोलते त्याला लाडाने. मलाही सुरुवातीला हसू आलेलं. पण त्यालाही आवडते ते नाव .. " पूजा बोलत होती. " तुला माहित नाही का ... " ,

    " कधी विचारले नाही मी... " सुप्री उदासपणे म्हणाली. " मला सांगशील पूजा .... काही विचारू शकते का तुला.... " खूप वेळाने सुप्री बोलली.

    "काय सांगू.... तू विचार काहीही ... डब्बूची best friend आहेस ना... किंबहुना त्याची life partner होणार आहेस. या गोष्टी तुला आधीच कळायला पाहिजे होत्या .... नाही का ... " पूजा बोलली त्याच वाईट वाटलं तिला. चुकीचं वागली होती ती. साधारण ५ वर्ष एकत्र होते दोघे. एकदाही विचारू शकली नाही आकाशबद्दल.

थोडावेळ शांततेत गेला. आभाळ अजूनही काळवंडलेले होते. थंड वारा होता. सुप्रीच मन शांत झालं. एव्हाना सर्वत्र पावसाळी वातावरण पसरलेलं. हे असे आवडायचे तिला. आकाशनेच त्यावर प्रेम करायला लावलं होते, अश्या वातावरणावर.

" त्याच्याबद्दल विचारीन मी. पण एक सांग. आकाशला तर माणसं आवडत नाही. मला पहिल्यांदा भेटला तेव्हा त्याला तिटकारा होता माणसाचा. पण आता कळते कि तुमचा जुना ग्रुप होता. ते कस .... म्हणजे आकाशला एकटं रहायची सवय ... आणि हा तुमचा ग्रुप ... काहीच कळत नाही मला.. " पूजाला गंमत वाटली.

" डब्बू ना असाच वेगळा आहे... काही कळत नाही त्याचे... आम्ही निघालो होतो ना ... तेव्हा दोघेच होतो... हा ग्रुप नंतर येऊन भेटला आम्हाला. डब्बूचं सांगायचं झालं तर खूप अबोल आहे तो ... आता त्याच्यातला फरक आता कळतो मला. तेव्हा तर माझ्याशी सुद्धा कमीच बोलायचा. ",

" हे बाकीचे कधी येऊन भेटले तुम्हाला. " संजनाचा आवाज मागून आला. तीही या दोघींच्या गोष्टी ऐकत होती.

" सुरवातीचं एक वर्ष आम्हीच दोघे होतो. एकदा असेच फिरत असताना या ग्रुपमधले काही जण भेटले आम्हाला, वाट चुकलेले. त्यांना त्यांच्या ठरलेल्या जागी पोहोचवू. असं मीच सांगितलं डब्बूला. आधी आम्ही फक्त एक-दोन ठिकाणीच जायचो. त्याला फोटोग्राफीची आवड.... म्हणून मीही त्याच्या सोबत कॅमेरा घेऊन फिरायचे. हा जिप्सीचा ग्रुप येऊन भेटला आणि तेव्हा भटकंती सुरु झाली. खऱ्या भटकंतीला सुरुवात झाली. पुढच्या ५-६ दिवसात त्याठिकाणी पोहोचलोही ...... पण डब्बूला असं भटकणं आवडलं. म्हणजे एका जागी थांबून राहण्यापेक्षा हि अशी निसर्गाची वारी करणे जास्त छान , हे कळलं. मलाही आवडलं ते. त्यानंतर आम्हीच यांच्या सोबत फिरू लागलो. आकाशला सुद्धा छान फोटोग्राफी करता यायची. पुढच्या २ वर्षात हा इतका मोठा ग्रुप तयार झाला. डब्बू कसा आहे माहित आहे तुला, त्याला कश्यात अडकून राहायला आवडत नाही. तो त्याचे फोटो मॅगजीन मध्ये देतो हेही माहित असेल तुला.. ... त्यासाठी त्याचे शहरात येणे - जाणे सुरु असायचे. हा ग्रुप ... यातले सारेच ओळखीचे, तरी कोणालाही विचार, आकाश यांच्याशी किती बोलायचा ते .... actually, बोलायचाच नाही.... पाऊस सुरु झाला कि काहीतरी छान असं बडबडत राहायचा. मग जेव्हा त्याला वाटलं , या ग्रुप मध्येही गर्दी वाढू लागली आहे. अडकतो आहोत यात तेव्हा

त्याने मला त्याचा विचार सांगून टाकला. नाही जमणार म्हणाला मला आणि एका वळणावर निरोप घेऊन निघून गेला. वाईट वाटलेलं. त्यासोबत जाऊ शकली असती. पण हे जीवन आवडू लागलेलं. डब्बूला मोकळं सोडणं हेच मी पसंत केलं. पुन्हा कधीतरी भेट होईल या आशेवर होती. झाली भेट ... " पूजाने छान smile केली.

==

" सॉलिड आहेस तू ... " कादंबरी चालता चालता बोलली आकाशला.

" का ?? ",

" पूजा बोलते तस... तुलाच कस हे निसर्ग सौंदर्य सापडतं... मला बुवा असे काहीच दिसले नाही इतक्या वर्षांत. ",

" निसर्ग जेवढे देतो ना ... तितकेच परत सुद्धा घेत असतो... समोर बघ.. "

कादंबरी समोर बघू लागली. गावाच्या वेशीपाशी आलेले दोघे. वादळाने काही झाडे मुळापासून उपटून काढली होती. काही घरांची पडझड झालेली. शेतात काही उभी पिके झोपली होती. जागोजागी पाणी.

" निसर्गाची काळजी घेतली कि तो आपली काळजी घेतो. " आकाशचे असे बोलणे आवडले कादंबरीला.

" पूजा आणि तू ... खूप जुने सोबती आहात ना... कधी प्रेम वगैरे झालं नाही का दोघात .... " आकाशला हसू आलं. ते बघून कादंबरीने स्वतःची जीभ चावली. " नाही .... सहज विचारलं.. शहरात कसे ... मुलगा - मुलगी एकत्र असले कि दोघांत प्रेम आहे असा हिशोब लावून मोकळी होतात माणसं. त्यात तुमची मैत्री जुनी .... म्हणून विचारलं. ... सॉरी !! " तेव्हाही हसू आवरलं नाही आकाशला. " बरं ... जाऊ दे ... नको सांगू ... गावातून काय घेऊन जायचे ते तरी सांग. ",

" दुपारी आणि रात्री साठी जेवणाचे काही बघू. जमलं तर आणि मिळाली तर सुकी लाकडं घेऊ. रात्री वातावरण आणखी थंड होईल. " आकाशने कादंबरीला समजावून सांगितलं.

गावात अजूनही माणुसकी पाहायला मिळते. या दोघांकडे भरपूर खायचे सामान आणि एक लाकडाची मोळी दिली. जवळपास एका तासाने दोघे उरलेल्या ग्रुपकडे आले. आकाशचं लक्ष सुप्रीकडे गेलं. एका बाजूला तिच्याच बॅगवर डोकं ठेवून झोपलेली. आणखी काही डोकी मिळेल त्याचा आधार घेऊन आराम करत होती. आकाश स्वतः खूप दमलेला. सुप्रीकडे पुन्हा एकदा नजर टाकून तोही एका

ठिकाणी डोकं ठेवून झोपी गेला.

साधारण ११ वाजले तेव्हा पूजाच्या आवाजाने जागा झाला. पूजा सर्वांना उठवत होती. आकाश जागा झालेला पाहून तीही त्याच्याजवळ आली.

" डब्बू... निघायचे का ... " आकाश आळस देत उभा राहिला. वर आभाळात लक्ष गेलं त्याच. अजूनही पाऊस सुरु व्हायला वेळ आहे. समोर पाहिलं . डोंगररांगा हाका मारत होत्या. " सारे तयार आहेत का .. " आकाश सर्वांकडे पाहत होता. चोरून सुप्रीकडे नजर टाकली. तीही तयार होती. निघाले सर्व पुन्हा. यावेळेस समोरची वाट जास्त स्पष्ठ दिसत होती. आकाशला माहित होते कुठे जायचे ते. त्या मागोमागचं हा सर्व ग्रुप निघाला होता. चालता चालता , बोलता बोलता सर्व पुढे जात होते. आकाश मधेच बाकी लोकांवर लक्ष ठेवत होता. संजना दिसली कि सुप्रीकडे पाही. कधी वळणावर एक एक जणांना हात देत पुढे जाण्यास मदत करत होता. सुप्री जवळ आली कि टक लावून पाही. जणू तिला पहिल्यांदा पाहत होता. सोबतीला वारा होताच. त्यानेच ते भरलेलं आभाळ आता मोकळं करायला घेतलं होते. त्या काळ्या ढगांची पांगापांग केलेली. वातावरणात थंडावा वाढलेला. थकवा असा कोणाला जाणवत नव्हता. आकाशने घड्याळात पाहिलं. दुपारचे वा संध्याकाळचे ४ वाजले होते. इथेच थांबूया आणि तंबू उभे करून घेऊ, असं पूजाला सांगून आकाशही कामाला लागला.

पाहता पाहता संध्याकाळ झाली. सर्वांची कामे सुरु होती. काहीजण सकाळपासूनचा आराम करत होते. पूजा - सुप्री जरा पाय मोकळे करायला मागच्या बाजूस गेलेल्या. संजना रात्रीच्या जेवणाची तयारी करत होती. कादंबरी आळस देतं होती. बाकी सर्व दिसत होते, आकाश तेवढा नव्हता. कुठे गेला कुणास ठाऊक. कादंबरी कॅमेरा घेऊन निघाली. वरच्या बाजूला. डोंगरावर तर होते ते सर्व. आकाश नक्की वर गेला असणार, असा तिचा अंदाज. आणि अंदाज बरोबर होता. वर एका ठिकाणी आकाश बसून होता. संध्याकाळचा सूर्य त्यावर किरणे फेकत होता. वरच्या बाजूला काही गवत होते तर आकाश जिथे बसला होता तिथे काही झाडं होती. त्या झाडाखाली बसून विचार करत होता. छान फोटो मिळाला कादंबरीला. पटापट तिने २-३ क्लीक केले. मनासारखे फोटो मिळाल्यावर ती आकाश जवळ आली.

" हॅलो .... हॅ.... लो !! " आकाश विचारातून बाहेर आला.

" बोला मॅडम .... काय म्हणता... ",

" काही नाही, जागे करायला आली तुला.. एवढा कसला विचार करतो आहेस... " आकाश त्यावर काही बोलला नाही. " मला कळते .... तुझ्या मनात काहीतरी सुरु आहे.. पुजालाही माहित आहे ते.. " कादंबरी बोलली तसा आकाश चल-बिचल वाटला. " मला इतकंच कळते कि अश्या गोष्टी share कराव्यात.. " कादंबरी बोलून निघत होती. पण आकाशने थांबवले.

" सुप्री ... भेटलीस ना तिला... तिचाच विचार सुरु आहे डोक्यात... आणि हा प्रवास ... हा शेवटचा .... यानंतर नाहीच ... या सर्व गोष्टी , निसर्ग ... सगळ्यांना मिस करिन मी... " ,

" म्हणून तिच्याशी बोलत नाहीस.. तिला काय वाटतं असेल... विचार केलास का कधी.... " आकाशने नकारार्थी मान हलवली. " तू तुझा निर्णय घेतलास ... मान्य आहे, तिला विचारलंस ... तिला काय वाटते ते.... तिचा काय निर्णय आहे ते ... " आकाशला पटलं ते. उभा राहिला.

" वाटते तितकी वेडगळ नाहीस तू... विचार सुद्दा करते तू... " आकाश - कादंबरी दोघे हसू लागले आणि त्यांच्या कॅम्प जवळ आले.

काळोख झाला. आजची रात्र शांत होती. कालच्या रात्रीच्या पावसानंतर वाऱ्याने दिवसभर त्याला पळवून लावलं होते. आभाळ मोकळे आणि चांदण्यांनी भरलेलं होते. चंद्र बापडा एका कोपऱ्यात जाऊन बसलेला. शेकोटीची गरज नव्हती म्हणून आणलेली लाकडं तशीच पडून होती. जेवण झालेलं सर्वांचे. सर्व आपापल्या कामात गुंतलेले. आकाश पुन्हा पाय मोकळे करायला बाहेर आलेला. सुप्री बाहेरच उभी होती. आकाशला कादंबरीचे बोलणे आठवलं. सुप्री जवळ गेला तो.

" काय करते आहेस ... " ,

" काही नाही " ,

" चल ... जरा एकत्र चालूया .. " म्हणत दोघे जरा पुढे आले.

" कशी आहेस सुप्री .. " आकाशने हळू आवाजात विचारलं.

" छान आहे मी ... हे असं वातावरण मागच्या सर्व गोष्टी विसरायला लावते. तुझी उणीव जाणवते , पण ठीक आहे. काही गोष्टीना नाही थांबवू शकत .... पाऊस , वारा आणि तू.... कसं थांबवणार ..... पण बर झालं बोललास आकाश, बोलणं तरी टाकू नकोस .... " चालता चालता बरेच पुढे आले दोघे. पुढे एक मोठी शिळा (दगड) होती.

" आकाश !! " सुप्रीने थांबवलं. " बसूया इथेच ..... आणखी पुढे नको... " आकाश तिच्या बाजूलाच बसला. खूप दिवसांनी दोघे असे निवांत बसले होते. वाराही छान

वाहत होता.

" सॉरी सुप्री ... खरंच तुला दुखवायचे नाही. डोक्यात खूप काही सुरु असते सध्या.... त्यामुळे तुझ्याकडे यायला सुद्धा कसं विचित्र वाटते. तुझ्यापासून दूर जात नाही. तरी तूच दूर जाशील असा भास होतो. काहीच सोडायचे नाही मला आणि काही मनात भरूनही ठेवायचे नाही. अशीच द्विधा मनःस्तिथी होते माझी. तुला गमवायचे नाही आणि या निसर्गापासून दूर राहायचे नाही.... " सुप्रीने आकाशच्या खांदयावर डोके ठेवले.

" इतका कधी कोणाचा विचार केला नाहीस ना तू .... म्हणून होते हे . जसा मोकळा होतास ना आधी, तसाच रहा .... कोणी अडवणार नाही तुला. " दोघे तसेच बसून होते काही वेळ. अचानक .... सुप्रीला ... पुढे ... काहीतरी पुसटसं चमकताना दिसलं. आकाशला दाखवलं तिने.

" काजवा ..... काजवा म्हणतात त्याला.... पहिल्यांदा बघीतलं वाटते तू... " त्याबरोबर आणखी काही काजवे दिसले. आकाश उठून उभा राहिला.

" काय झालं .... " सुप्रीने विचारलं. " मला वाटते .... " आकाश पुढे गेला. " सुप्री ... इथेच थांब ... मी येतो.... " म्हणत आकाश त्या मोठ्या दगडाच्या मागे गेला. गेलेला त्याच वेगाने पुन्हा सुप्री जवळ आला.

" चल ",

" कुठे ... ",

" चल तर .... जादू दाखवतो निसर्गाची.... " सुप्री आकाशचा हात पकडून त्याच्या मागे चालू लागली. त्या मोठ्या दगडाच्या मागे आले दोघेही. " बघ .. " आकाश म्हणाला.

समोर एक झाड होते. त्यावर दिवाळीची आरास करावी अशी विदयुत रोषणाई केल्या सारखं वाटतं होते. चमचमणारे दिवे.... बंद - चालू - बंद .... काय होते ते. पूर्ण झाडंभर काजवेच काजवे. त्यांचाच प्रकाश त्या भागात पसरला होता.

" आकाश !! .... काय आहे हे .... " सुप्री तर हरखून गेली.

" काजव्यांची शाळा .... एकत्र जमतात कधी कधी हे सर्व ... तेव्हा असा सोहळा होतो... दिवाळी बोललीस तरी चालेल... ",

" Wow !! " इतकेच शब्द सुप्रीच्या ओठांतून आले. " सांभाळून ठेव शब्द... आणखी आहे काही .... " आकाशने सुप्रीकडे हात पुढे केला. त्याच्या हातात हात दिला तिने पुन्हा. त्याच्या मागोमाग चालत. पुढे जात असताना प्रत्येक

पावलागणिक जमिनीवरील गवतात लपून राहिलेले काजवे उडत वर येत होते. अद्भुत !! सुप्री पुन्हा हरखून गेली. " जा ... अशीच पुढे चालत. पावलांखाली चांदण्या आहेत असं वाटते बघ.... " सुप्रीने आकाशचा हात सोडला. हळूहळू पावलं टाकत पुढे जाऊ लागली. काजवे उडत होते. किंवा बाजूला होत होते. प्रत्येक पावलांवर दिवे लावावे असं वाटतं होते. सुप्रीला मजा वाटत होती. आता चालण्या ऐवजी धावू लागली ती... एक वेगळाच प्रकाश तिच्या अवतीभवती.... आकाश दुरून पाहत होता. सुप्री हसत होती खूप दिवसांनी. एका क्षणाला तिने आकाशलाही ओढत नेले. दोघेही अवतीभवती धावत होते. त्यांच्या त्या धावण्याने , आता सर्वत्र काजवे उडत होते. दोघे थांबले. सुप्रीने आकाशला मिठी मारली. दोघे तसेच उभे. आजूबाजूला, सर्वत्र मिणमिणणारे काजवे. वर चांदण्यांनी भरलेलं आभाळ आणि खाली काजव्यांचे दिवे.... इतक्या दिवसांचा कडवटपणा नाहीस झाला. दोघे तसेच होते बराच वेळ. नंतर मात्र घड्याळाने सांगितलं निघावे, तसे दोघेही परतले.... पण एक वेगळा आनंद घेऊन.

सकाळी आकाशची झोपमोड झाली ती थंडीने. डोळे उघडले तर आजूबाजूला पांढरा शुभ्र रंग. जणू काही ढगांमध्ये झोपलो आहोत ,असं क्षणभर त्याच्या मनात येऊन गेले. टाइकन जागा झाला. शेजारी पाहिलं आणि कळलं कि आपण तंबूतच आहोत. मग हे काय तरंगत आहे, आकाश तंबूतून बाहेर आला. सगळीकडेच तस होते. धुकं पसरलं होते ते. सर्वच तंबू धुक्यात बुडून गेलेले होते. सकाळचे ८ वाजले होते, आज अंमळ उशीर झाला उठायला. आकाशनेच मग साऱ्यांना आळीपाणीने जागे केले. ९ वाजेपर्यंत सर्वांनी आवरले आणि निघायला तयार झाले. सारे निघाले तरी ती धुक्याची चादर तशीच आळसावल्यागत पडून होती.

" डब्बू .... कुठे जायचे... या धुक्यातून चालता येईल का ... " पूजा पुढे आलेली. " एक गंमत दाखवायची आहे ... " खासकरून त्याने कादंबरीला सांगितलं. " तुला फोटोग्राफीची जास्त संधी आहे आज... तयारीत रहा. " आकाशच्या मागोमाग चालायला सुरुवात केली सर्वांनी. पुढे एक चढण होती. हिरवीगार चढण. त्यात वरचा भाग तर ढगांमध्ये हरवून गेला होता. जणू स्वर्गाकडे जाणारी वाट... सुप्री - पूजा सर्वात शेवटी होत्या. आकाश ती चढण सुरु होण्याआधी थांबला. " सावकाश चढाई करू .. घाई नको .... मी पाय ठेवीन तिथेच पाय ठेवून चाला.... " सर्व आकाश पाठोपाठ त्या ढगांमध्ये शिरत होते. पूजाने हात वर करून त्या ढगांना स्पर्श करायचा प्रयत्न करू लागली. ढग तर हातात आले नाहीत, पण तिच्या बोटावर सूर्यप्रकाश दिसला तिला. नवल ना ... डब्बू काय दाखवतो आहे नक्की , याची उत्सुकता पूजाला. सर्वात शेवटी तीच शिरली त्या ढगांमध्ये. पुढे कोण आहे , पुढे

काय आहे.... काहीच दिसत नव्हतं. फक्त सांभाळून चालत होती ती.

आणि एका क्षणाला ती त्या ढगांतून वर आली. सर्वच एका ठिकाणी उभे होते. समोर होता तो, उगवता सूर्य... त्याची लालसर तांबूस किरणे सर्वांच्या चेहऱ्यावर पडत होती. सूर्योदय तर कधीच झालेला , तरी या ढगांमुळे त्याचा पुन्हा उदय झालेला. त्या ढगाआडून पुन्हा वर येत होता. आजूबाजूला फक्त पांढरी नदी ... ढगांची. त्यातून समोर दिसणारी एक टेकडी..... आणि त्याकडे जाणारी एक वाट. काही काळ सारेच थबकले. सुप्रीच्या डोळ्यातून पाणी कधी आलं, ते तिलाही कळलं नाही. हाच आपला आकाश... असे जगावेगळं काहीतरी शोधून काढतो... बदलला आहे का तो ... नाही... त्याला फक्त श्वास घेयाचा असतो मोकळ्या हवेत.... स्वतंत्र असा.... या वाहणाऱ्या ढगांसारखा.... मुक्त असा आकाश !!

पूजा आली मागून. " काय झालं .... थांबली का तू... " ,

" नाही गं ... हे ... निसर्गाची किमया पाहते आहे... या अश्या गोष्टी ... आकाशलाच कश्या दिसतात ना ... त्याचं कोडं पडते कधीकधी... " सुप्री कौतुकाने बोलली.

" डब्बू ना ... तसाच आहे .... लहानपणापासून ..... जगावेगळा... " पूजा बोलली.

" तुम्ही लहानपणापासून एकत्र आहात ?? मला तर कधीच सांगितलं नाही त्याने तुझ्याबद्दल... " सुप्री ...

" त्याचा स्वभावच आहे तो ... अबोल... आठवणी सुद्धा काढत नाही. त्यामुळे कदाचित... त्याचा हा प्रवास जास्त emotional झाला आहे.. " पूजा चालता चालता बोलली. हे सर्व पुढच्या १० - १५ मिनीटात त्या टेकडी वर पोहोचले.

" मी पुढची वाट बघून येतो. तुम्ही सर्वांनी थांबा इथे. " आकाश निघाला. कादंबरी मागोमाग. पूजाच्या शेजारीच बसली सुप्री.

" आकाश बद्दल सांगते का मला... मला काहीच माहिती नाही त्याच्याबद्दल. कधी विचारलंही नाही मी... "

" डब्बू आणि मी .... बालमित्र , त्यांचे घर माझ्या सोसायटीपासून १० मिनिटांवर, त्यामुळे शाळेत जाताना एकत्र जायचो, त्याची आई आणि माझी आई मैत्रीण... माझ्या आईला तर माझ्यासाठी वेळ नसायचा. डब्बूची आई मला शाळेत घेऊन जायची. घरी सुद्धा सोडायची. तेव्हापासून ओळख. एका वर्गात होतो. मला ना तेव्हा डब्बू मुका वाटायचा. कधीच बोलायचा नाही. शाळेत सुद्धा टीचरने काही विचारलं , तरी बोलायचा नाही. का ते अजूनही माहित नाही. पण आधीपासूनच

हुशार..... चित्रकला , स्केचिंग जास्त आवडायची. पावसात भिजायचा नाही, पाऊस बघायला आवडायचे त्याला. लहानपणीच या सर्वांचे वेड ... तेव्हाही एकटाच रहायचा. त्याचे मित्र का नाहीत .... कळलं का आता...... अबोल त्यात एकटं राहणे... कोण मैत्री करणार त्याच्याशी. मात्र झाडांशी बोलायचा. असा विचित्र.... तरी आपला वाटणारा. माझ्याशी ओळख म्हणून मला सोबत तरी ठेवायचा. जसं वय वाढत गेले तसा तो निसर्गात आणखी रमू लागला. त्याच्या मोठ्या भावाने एका बर्थडेला त्याला कॅमेरा गिफ्ट केला. तेव्हापासून त्याचा निसर्गाकडे पाहण्याचा दृष्टीकोन बदलला. कदाचित माणसापासून दूर जायला हे कारण पुरेसं होते. निसर्गाची ओढ वाढली आणि माणसापासून दूर गेला. माझ्याशी सुद्धा कमीच बोलायचा. तरी एकदा का निसर्गाच्या गप्पा सुरु झाल्या कि मोकळेपणाने बोलायचा. "

" कॉलेजमध्ये सुद्धा एकत्र आम्ही. फक्त विषय वेगळे होते. तुझ्या आकाश ना नेहमी पहिल्या ३ नंबरमध्ये असायचा. इतका हुशार तो. मलाही काही अडलं तर तो मला मदत करायचा. " पूजा भारावून सांगत होती.

" मग हि .... अशी भटकंती... केव्हापासून आणि का .... " सुप्रीला कुतूहल वाटलं.

" डब्बू ना ... आधीपासूनच तसा... त्याला अडकून रहाणे पसंत नाही. चांगले शिक्षण घेऊन मी जॉब करू लागले. डब्बूला तस काहीच करायचं नव्हतं. त्याच्या घरी सुद्धा परिस्तिथी छान होती. भावाचा बिजनेस. तिथे बोलावलं होते तरी गेला नाही. माझ्या आधीही तो फिरत असायचा. पण एक दिवसाची पिकनिक असायची त्याची. मला नेहमीच मदत केली त्याने. माझ्या कठीण परिस्तिथीत नेहमीच उभा राहिला माझ्या पाठी. मला घरून चांगली वागणूक नाही मिळायची. तेव्हा डब्बूचं माझी फॅमिली होता. मी घर सोडायचा निर्णय घेतला तेव्हा फक्त माझ्यासाठी त्याने हा प्रवास सुरु केला..... " ,

" त्याचे आई - वडील कधीच काही बोलले नाही त्याला... " ,

" बोलली ना ... डब्बू आधी पासूनच वेगळा आहे बाकी मुलापासून... डब्बू वारा आहे असेही म्हणते आई त्याला. मला तर तो आधीपासूनच आवडतो. त्याच्या सारखा मित्र भेटणे, भाग्याचे लक्षण आहे. तो नसता तर कदाचित मीही नसते.... " हलकेच तिच्या डोळ्यात पाणी तरळलं.

" प्रेम करतेस का त्याच्यावर .... " सुप्रीने खूप धीराने प्रश्न केला.

" नाही गं .... खरं सांगावे ना ... मी आणि डब्बू ... नदीचे २ काठ आहोत. जे एकमेकांसमोर तर असतात पण कधीच भेटत नाही. त्याचा विचार केला तरी छान फीलिंग्स येतात मनात. प्रेम म्हणावे तर आहे, पण वेगळ्या अर्थाने.... खूप प्रेम... त्यात कोणताच स्वार्थ नाही. पण एकदा तरी त्याला समोर बोलायचे आहे ' i love you' असे ... " पूजा स्वतःशीस हसली. सुप्रीलाही बरं वाटलं. मन शांत झालेलं तिचं. समोरून होणारा सूर्योदय एक नवीन पहाट घेऊन आलेला.

" तुला काय वाटते पूजा .... आकाशला कसं व्यक्त करशील... ",

" पावसासारखा आहे तो... फेसाळत वाहणाऱ्या नदी सारखा आहे तो... त्या निळ्याशार समुद्रासारखा आहे तो.. आणि उधाणलेल्या वाऱ्या सारखा आहे डब्बू... गेली २ वर्ष शहरात कशी काढली त्याने ... त्यालाच माहित... त्याची आई त्याला खूप जवळची. तिला कधी जमलं नाही त्याला थांबवायला. पण तू करून दाखवलं. त्याला बोलते केलंस तू... फक्त एक करशील, माझ्यासाठी तरी... त्याला खरंच कशात अडवू नकोस... तसा तो खूप emotional आहे... दाखवत नसला तरी सर्वांची काळजी घेतो. मनासारखं वागणे आणि पाय नेतील तिथे भटकणे , हा त्याचा मूळ स्वभाव ... तो बदलायला लावू नकोस ... " सुप्रीला पटलं ते. पूजाला मिठी मारली तिने.

" thank you पूजा ... ",

" अरे ..... त्यात काय... ",

" मनावरचे मळभ दूर केलेस... त्यासाठी... " सुप्री आता हसत होती. समोरून आकाश - कादंबरी येताना दिसले.

आकाश पुजाजवळ आला. " निरू ... आणखी पुढे एक छान जागा आहे. तिथे पोहोचलो कि आपलयाला पुढचा रस्ता कळू शकेल. निघूया का ... ",

" निघूया ... पण हे धुकं ... त्यातून वाट सापडेल का ... असं इतकं धुकं पहिल्यांदा बघते आहे मी... ",

" निरू ... काळजी करू नकोस... मी आहे ना .... फक्त आपल्याला घाई करावी लागेल. कारण वादळाच्या आधी असं दाट धुकं पसरते ... ",

" डब्बू !! वादळ येते आहे का पुन्हा.... ",

" सांगू शकत नाही ... तरी आल्यास आपण तयारीत असावे ना .. " आकाशने इशारा केला तसे सर्व निघाले. सुप्री छान वाटत होती आता. संजनाशी गप्पा मारत चालत होती. आकाशलाही फरक कळला तिच्यामधला. पूजा त्याच्या शेजारीच चालत होती. हळूच पूजाला विचारलं त्याने.

" निरू ... सुप्रीसोबत होतीस ना ... काय सांगितलं तिला. जास्तच मोकळी वाटते आहे. ",

" तुझ्याबद्दल विचारत होती. आपल्या मैत्रीबद्दल विचारलं. कदाचित त्यामुळेच ती आता मोकळेपणाने वागत असावी... " आकाशचे लक्ष होते तिच्यावर.

संजनालाही ते जाणवलं. " सुप्री ठीक आहेस ना ... ",

" का गं ... काय झालं.... " ,

" गेल्या ३ - ४ दिवसांत माझ्याशी मोजकेच बोलत होतीस. झोपताना मस्ती करणारी तू ... शांत झोपायची. आणि आज, अगदी पहिल्यासारखी वाटतेस, म्हणून विचारलं ... " सुप्री छान हसली.

" काही गोष्टी समजल्या .... चुका कळल्या... कुठे चुकत होते तेही उमगले. खरं सांगायचे तर आकाश का जगतो दुसऱ्यासाठी ते कळलं मला. ",

" मी बोलू का काही ... " संजनाने सुप्रीला विचारलं . " तुमच्या दोघांत काही सुरु आहे हे मला माहित आहे. मला ते खूप आधीच समजलं होते. आपण शहरात असल्यापासूनच .. तू आनंदात होतीस, आकाशकडे बघावयाचे नाही मला. तो कुठेतरी घुसमटत होता. तो आपल्या शेजारच्या ऑफिसमध्ये काम करत बसायचा, तेव्हा न राहवून एकदा तुला न सांगता... त्याला भेटायला गेलेली. त्याचे मागे जाऊन बसली. त्याच लक्षच नाही माझ्याकडे... त्याच्या लॅपटॉपवर त्यानेच क्लीक केलेले फोटो बघत बसलेला. एक-दोनदा हाक मारली त्याला, तो त्या फोटोमधल्या निसर्गात गुंग झालेला. मी जवळपास अर्धा तास त्याच्या मागे बसून होते. एक एक फोटो कितीवेळ बघत होता. मन भरलं कि दुसरा फोटो बघायचा. तेव्हा वाटलं कुठेतरी... आकाशला मोकळं जगायला हवे आहे. तुला कसं समजावयाचे कळत नव्हतं. त्यात ते फोटोग्राफी कॅम्पचे पेपरात आलेलं. तो इथं आल्यावर त्यात इतका फरक पडेल असे वाटले नव्हते मला. सॉरी सुप्री ... !! " संजनाने सुप्रीचा हात घट्ट पकडला होता.

" सॉरी नको गं संजू.... खरंतर मला आधीच कळायला पाहिजे होते हे ....बर ... आता मी त्याला मोकळे सोडण्याचा निर्णय घेतला आहे... ",

" सुप्री !! " संजना थांबली.

" थांबू नकोस आणि मला थांबवू ही नकोस .... प्रत्येकाला जगण्याचा अधिकार आहे , असं आकाशच म्हणतो ना ... मग त्यालाही जगू दे ... " संजनाला वाईट वाटलं सुप्रीसाठी. सुप्री मात्र मोकळेपणाने बोलत होती.

आताही छान प्रवास झाला. संध्याकाळ होतं आली. तेव्हा आकाश एका ठिकाणी थांबला.

" काय झालं डब्बू... " ,

" वादळ येते आहे .. थांबायला पाहिजे ... समोर बघ... " पूजाने समोर पाहिलं. ढग गोलाकार फिरत होते. अधूनमधून विजा चमकत होत्या.

" किती वेळ आहे आपल्याकडे ... " आकाशने घड्याळात पाहिलं.

" अजून एक तास तरी... पाऊस येईल का माहित नाही .. तरी तयारी करावी लागेल. " काळोख तर झालेला. आणि मोठ्याने वीज कडाडली. आकाशला त्या प्रकाशात काही दिसलं. पूजाचा हात पकडला त्याने.

" काय झालं डब्बू .... " ....

" निरू .... कदाचित आपण पोहोचलो .... तुझ्या गावात ... " पूजाही उत्सुकतेने पाहू लागली.

समोर चार डोंगर होते . सांगावे तर ती एक गोलाकार रचना होती डोंगराची. त्या गुरुजींनी सांगितल्याप्रमाणे, ते गाव .. फक्त अश्या उंच ठिकाणावरून दिसू शकते. भोवताली ४ डोंगर आणि अश्या उंचावून आजोबांचा वाडा दिसतो. आता पूजा तो आजोबांचा वाडा दिसतो का ते पाहू लागली. काळोख दाटत होता. प्रकाश कमी होत होता. विजा चमकत होत्या त्याचाच काय तो प्रकाश. तोही क्षणभर.... अशीच एक जोराने वीज कडाडली आणि पूजा जे शोधत होती ते तिला दिसलं. एका वाडा दिसत होता तिला. गाव दिसलं नसलं तरी वाडा दिसला तिला. पूजाला भलताच आनंद झाला. पुन्हा एकदा मोठ्याने वीज कडाडली, त्याने पूजा भानावर आली. आता नाही जाता येणार तिथे. आता पुरतेतरी वादळ, पावसापासून बचाव महत्वाचा. पटापट सगळे कामाला लागले. पुढच्या १०-१५ मिनीटात तंबू उभे राहिले.

आकाश वातावरणाचा आढावा घेत होता. सुप्री त्याच्या शेजारी येऊन उभी राहिली..... " उद्या प्रवास संपेल बहुतेक..... समोरचं गावं आहे निरूचे... माझीही भटकंती संपेल उद्या.... " सुप्रीने आकाशचा हात पकडला.

" नाही , तसं काहीच आणू नको मनात... तू तुझा निर्णय घेतला ना ... आता मीही माझा निर्णय घेते आहे आकाश. " सुप्रीच्या या वाक्यावर आकाशने तिच्याकडे चमकून पाहिलं.

" तुला कधीच समजू शकले नाही मी... तुला काय हवे, तेही कधी मनात आणलं नाही मी... " ,

" सुप्री !! तू काय बोलते आहेस .... ",

" आकाश... जसा तुला हा प्रवास करावा वाटला ना ... या प्रवासाचा भाग कधीच नव्हते मी. मी तर तुला पुन्हा घेऊन जायला आले होते. हा प्रवास मलाच खूप काही शिकवून गेला. तुलाही समजू शकले. त्याचसाठी हा निर्णय. दोघांसाठी चांगला आहे, असं मला वाटते..... थोडसं का होईना ... आपण ब्रेक घेऊ... या life पासून .. ",

" सुप्रिया !! असं का .... " आकाश बोलत होता तर त्याला बोलूच दिलं नाही.

" खरंच ... तू तुझी life जगून घे.... मी माझी जगते. कोणत्याही भावनेचा भरात बोलत नाही मी.... जे कळलं , ते पटलं..... स्वतःसाठी जगून बघ कधीतरी... पूजासाठी भटकंती सुरु केलीस, माझ्यासाठी या सर्वांपासून दूर राहिलास... आणि आता माझ्यासाठीच भटकंती सोडून देतो आहेस कायमची.... कितीवेळ दुसऱ्यांची मने सांभाळत बसणार तू ... तुझी भटकंती कधीच थांबू नये, हे माझं स्वप्न आहे. खूप केलंस माझ्यासाठी... आता मलाही काही करू दे ..... तुझ्यासाठी... " वादळ आता दृष्टीपटात आले होते. पावसानेही हलकी सुरवात केली होती. आकाश त्या वादळाकडे पाहत होता. सुप्री बोलून निघून गेलेली. आकाश अजूनही तिथेच उभा, वादळाला सामोरे जाण्यासाठी.

रात्रभर आकाशला झोप नाही. बाहेर पावसाचा, वाऱ्याचा आणि विजेचा आवाज.... पाणी नुसते आपटत होते तंबूवर... त्याचा आवाज काळजाला लागत होता. आकाश उद्या काय होणार याचा विचार करत होता. बाहेरची बरीच वादळं त्याने सहज पार केली होती. मनातले वादळ त्याला झेपत नव्हते.... रात्री फार उशिराने त्याचा डोळा लागला.

पहाट झाली ती पूजाच्या आवाजाने. तिला घाई झालेली त्या गावात जाण्यासाठी. सर्वांनी तयारी केली. आकाशसुद्धा तयार होता , तरी त्याच लक्ष सुप्रीकडे होते. तो सुप्रीकडे बघत असताना पूजा आली. आकाश अजूनही सुप्रीकडे पाहत होता. पूजा थोडावेळ त्याच्याकडे पाहत राहिली. " डब्बू.... " तिने हाक मारली आकाशला. आकाश भानावर आला. " निघायचे का ... " आकाशने वर आभाळात पाहिलं. कालचे वादळ निघून गेलेले तरी मळभ होते. " निघूया ... " ,म्हणत तयार झाला.

वरून जवळ दिसत असले तरी अंतर जास्त होते. शिवाय उतरण होती. सावकाश चालत होते सर्व. पुढच्या अध्र्या तासात ते गावाच्या वेशीपाशी आले. आकाश

तिथेच थांबला. पूजा आली पुढे.

" का थांबलास !! ",

" तुझा प्रवास ... तुझा मान आहे हा .... तू पहिले त्या गावात प्रवेश करावा असे वाटते मला. ",

" नाही डब्बू .... तूच खरा मानकरी.... तुझा हक्क आहे यावर .... तुझ्यामुळे माझं एक मोठ्ठ स्वप्न पूर्ण होतं आहे. आजीच्या - आजोबांच्या आठवणी पूर्ण होतं आहेत.. " पूजा अचानक थांबली बोलायची. " माझ्या life मधलं तुझं स्थान.. कधीच कोणी घेऊ शकत नाही. कधीच नाही... l love you डब्बू !! "

आणि पूजाने आकाशला मिठी मारली. सारेच बघत होते. आकाशला गहिवरून आलं. इतक्या वर्षांची भटकंती ... त्याच्या नजरेसमोरून गेली. पूजा सोबत सुरु केलेली भटकंती... हा येऊन भेटलेला जिप्सी लोकांचा ग्रुप....त्यासोबत केलेली निसर्गाची रपेट.... पूजा पासून वेगळे होणे.... सुप्रीचे आयुष्यात येणे... तिची मस्करी ... तिचा गणू... तो सुप्रीचा काढलेला फोटो... तिच्या सोबतची पहिली भटकंती.... तिच्या सोबत घालवलेले प्रत्येक क्षण... तो अपघात... सुप्री पासून दूर जाणे .... तिचे पुन्हा भेटणे .... आणि आताचा प्रवास .... आकाशच्या डोळ्यात पाणी जमा झालेलं. सर्वांकडे पाहिलं त्याने. पूजाने हातानेच " पुढे जा !! " अशी खूण केली. रडू आलं आकाशला. पावसानेही रिमझिम सुरुवात केली. इतक्या वर्षांत पहिल्यांदा आकाशला रडताना पाहत होती सुप्री. साऱ्यांचे डोळे पाणावले

त्यानेच पहिला प्रवेश केला गावात. गावच्या एका बाजूने नदी वाहत होती. आजोबा सांगत त्याप्रमाणे दोन नद्या असतील , त्यापैकी एका नदीचे पुन्हा आगमन झालेलं. गावात जाणारी पायवाट नव्हतीच. सर्वत्र हिरवा गालिच्या पसरलेला होता. त्यात मधून मधून रानटी तरी विविध रंगाची फुले उमलली होती. प्रत्येक झाडाचे पान पावसाने धुवून काढले होते. एक वेगळचं तारुण्य घेऊन प्रत्येक गवताची पाती , प्रत्येक झाडं स्वागतासाठी उभे होते. या माणसांची चाहूल लागताच गवतात किड्यांवर ताव मारणारा पक्ष्यांचा एक थवा कलकलाट करत निघून गेला. माणसांना इथे येऊन किती वर्ष झाली असतील कुणास ठाऊक. समोर फक्त हिरवळ. एक प्रकारचं संथ धुकं अंगाला अगदी बिलगून चालत होते. त्याने शहारा येतं होता अंगावर. सकाळ झालेली असल्याने झाडांवर वेगवेगळ्या पक्ष्यांची किलबिल... सभोवताली असणाऱ्या ४ डोंगरातून जिथून मिळेल तिथून लहान लहान झरे कोसळत होते. गावात नावाला काही बांधकामे उरली होती. सर्वच ठिकाणी निसर्गाने आपला हक्क सांगितला होता. काही मजबूत इमारती तितक्या बाकी होत्या. पूजाच्या आजोबांचा वाडा दुरूनच दिसत होता. आकाश

हळूहळू चालत होता. सर्वच कस ..... वेगळे सौंदर्य घेऊन उभे होते. पूजा वाड्या समोर आली.

आजोबांचा वाडा .... आजोबा सांगत, वाड्या पुढे मोठे अंगण.... त्यात विविध प्रकारची झाडं... फुलझाडे, फळझाडे... होती तिथे झाडं... आजोबांच्या काळातली नसतील तरी अंगण आता झाडा-झुडुपांनी , वेलींनी भरलेलं होते. केवड्याचे एक मोठं झाडं होते. त्याचा सुगंध वातावरण मोहवून टाकत होता. वाडा तर नजरेत सामावत नव्हता. इतका मोठा. वाड्याचा दरवाजा लाकडी. तो तर कधीच नाहीसा झाला होता. राहिल्या होत्या त्या फक्त त्याच्या आठवणी. पूजासहित सर्वच वाड्यात शिरले. वाड्याला वेलींचे मोठे जाळे... कुठून कुठून येऊन त्यांनी वाड्याला वेढले होते. भरीसभर पावसाने सुरुवात केली. पूजा पूर्ण वाडा फिरत होती. हाताने स्पर्श करत होती. वाड्यातल्या लाकडी वस्तू निसर्गात मिसळून गेल्या होत्या. आजोबांचा लोखंडी पाळणा दिसतं होता. तोही जीर्ण झालेला. काही लोखंडी कपाट , खुर्च्या... आपलं अस्तित्व टिकवून होत्या. आजोबांच्या आठवणींनी पूजाला भरून आलेलं. एका खिडकीपाशी उभी राहून डोळ्यातल्या आसवांना वाट मोकळी करून दिली तिने. कादंबरी पाहत होती तिला.

कादंबरी बाहेर व्हरांड्यात येऊन उभी राहिली. रिमझिम पाऊस.... हात बाहेर करून ओंजळीत झेलला पाऊस तिने. तिथून ... शेजारी ... समोर असलेल्या डोंगररांगा दिसत होत्या. त्यांची शिखरे ढगांत बुडून गेलेली. पांढरे शुभ्र झरे.... अगदी पांढरी शाल परिधान करून चार ऋषीमुनी ध्यानस्त बसलेले जणू. अंगणातल्या पायऱ्यांवर सुप्री एकटीच बसलेली. तिची नजर आकाशकडे लागून राहिलेले. आकाश त्या केवड्याच्या झाडाखाली बसून... पावसात भिजत होता. त्याच लक्ष त्या आभाळातून कोसळणाऱ्या पावसाकडे. अधून - मधून केवड्याची फुले... आकाशच्या अंगावर पडत होती. कादंबरी हे सर्व पाहत होती. तिलाही भरून आलं. आज किती भावना तिला समोर दिसतं होत्या. थोडावेळ आराम केला सर्वांनी. आकाश पूजाजवळ आला.

" काळजी घे निरू .... माझी निघायची वेळ झाली.... भेटू पुन्हा.... आडवळणावर... !! " पूजाने पुन्हा आकाशला मिठी मारली.

" डब्बू !! भेटत रहा असाच.... वाट बघीन पुन्हा .... " पूजाकडून आकाश कादंबरीकडे आला.

" Bye !! ... जमलं आणि निसर्गाने मनात आणलं तर होईल भेट पुन्हा .... " तिनेही आकाशला मिठी मारली. सुप्री- संजनाने सर्वांचा निरोप घेतला. बाहेर पाऊस तसाच होता. आकाश- सुप्री - संजना..... तिघे निघाले. आकाशने आधीच

एक वाट बघून ठेवलेली, त्याचं वाटेच्या दिशेने निघाले. कादंबरी या तिघांना जाताना पाहत होती. पूजाकडे पाहिलं तिने. ती अजूनही आठवणीत गुंतलेली. कादंबरीने पूजाच्या बॅग मधून तिची डायरी बाहेर काढली. दरवेळेस ती फोटोग्राफी करायची आणि पूजा लिखाण करायची. आज कादंबरीला काही लिहावेसे वाटले. हा प्रवास खूप काही शिकवून गेला तिला. तिथेच दारात येऊन बसली. पाऊस आता थांबला होता. कादंबरीने पुन्हा त्या तिघांकडे पाहिलं. ते बरेच दूर गेलेले. मानवसदृश्य आकृती तेवढ्या दिसत होत्या. तिने लिहायला घेतले.

" ठिकाण : आठवणींचं गर्द रानं ...

" Bye ..... किती विचित्र शब्द आहे हा ... कधी कधी यावर गोष्टी संपतात आणि कधी .... यावरच नव्या गोष्टी सुरु होतात. अशीच एक नवीन गोष्ट सुरु होते ती आठवणींच्या गर्द रानात ... झाडं - झुडूप तर असतात तिथे... त्याचबरोबर... असतात त्या आपल्या आठवणी.... थोड्या कडू .... थोड्या गोड.... एका मागोमाग एक येतात आणि आपल्याला अलगद गुंतवून ठेवतात. इतकं कि आपण त्यातून बाहेर पडणं विसरून जातो.... किंबहुना आपल्याला त्यातून बाहेर पडणं नकोस असते... यात असतात ते जुने वाडे ... आठवणीचे... एक जुनं गाव .... एक मोठी डोंगररांग .. आणि त्यातून वाहणारी स्वप्नांची नदी... आठवणींचे झरे कोसळत असतात, अपेक्षांचे पक्षी उंच आकाशात उडत असतात. तारुण्याने मोहरलेला निसर्ग साद घालत असतो. आळसावलेली रात्र उशीजवळच पडून असते. बंद दरवाजा बघून पहाटही निघून जाते आल्यापावली. भिंती सुद्धा तशया बंद... त्यांना आपटून आपल्याच हृदयाची साद आपल्या कानात गुंजू लागते. अश्यावेळी डोळे बंद करून निपचित पडून राहावे... पापण्यांना सुद्धा कळत नाही, डोळ्यातून अश्रू कधी ओघळले ते... अश्या ठिकाणी एकदा तरी यावे... मी इतकी वर्ष काय होती माहित नाही.... माझा प्रवास तर आता सुरु झाला.... आठवणींच्या गर्द रानातला.... !! "

==

पूजा - कादंबरीचा निरोप घेऊन आकाश सुप्रीच्या साथीने पुढे निघाला. संजनाही होती सोबतच. आलेलं वादळही ओसरले होते. इतक्या दिवसांनी आज जरा आभाळ उघडलं होते. आकाश मात्र त्याच्याच विचारात चालत होता, न बोलता..... एक विलक्षण शांतता घेऊन. परंतु सुप्री थोडी मोकळी वाटत होती आज,

बऱ्याच दिवसानंतर. कदाचीत हा दोघांमधील फरक संजनाला आधीच समजला होता म्हणून तिनेही या दोघांपासून चालताना एक विशिष्ट अंतर ठेवले होते. तिघे चालता चालता एका वळणावर आले. तिथून पुढे २ वाटा निघत होत्या. एक डांबरी रस्ता.... बहुदा याच रस्त्याने पुढे चालत गेलो तर शहरात जाणारी गाडी मिळेल , असा अंदाज सुप्रीने लावला. आणि दुसरी पायवाट, कच्चा रस्ता म्हणावा असा.... ती पायवाट जात होती पुन्हा एका नवीन गावाकडे. थांबले तिघेही त्या ठिकाणी. सुप्रीने आकाशला हात पकडून एका मोठ्या दगडावर बसवलं. तीही शेजारी बसली त्याच्या. संजना काही अंतरावर थांबली.

आकाश अजूनही भांबावल्यागत होता. सुप्रीने त्याचा हात हातात घेतला. " काय झालं आकाश... शांत हो... सगळं ठीक होईल. " आकाशला काही समजत नव्हते. काय बोलावं ते.

" सुप्री.... मी ..... मला हे नाही जमत असं... माझं मन कळते ना तुला... एकाच वेळी दोन दगडांवर पाय नाही ठेवू शकत मी...... सॉरी सुप्री !! " आकाश भावुक झालेला. आणि जराशी काळोखी हि दाटून आली लगेच. आकाशचं मन या पावसालाही कळते वाटते, सुप्रीचे लक्ष वर आभाळात गेलं.

" शांत हो आकाश... हे बघ , सॉरी बोलायची काय गरज. तुझं मन कळते मला म्हणूनच हा निर्णय घेतला मी. आणि मी स्वतःलाही तयार केले त्या निर्णयासाठी. " .... सुप्री..... आकाशने सुप्रीचा हात त्याच्या छातीजवळ नेला.

" बघ ... किती जोराने धडधडते आहे हृदय माझं. ... बाहेर येईल असं वाटते मला... " सुप्री छान हसली.

" आकाश... बोलली ना .. शांत हो... सर्व ठीक होईल... आणि आपण काही ब्रेकअप नाही करत आहोत. तुझी space देते आहे तुला..... या तुझ्या आठवणींच्या प्रवासात जाणवलं मला, कि मीच किती स्वार्थी होते ते. प्रत्येक वेळेला मी माझाच विचार केला. ",

" सुप्री .... तस काही नाही... " आकाश बोलत होता तर सुप्रीने त्याला थांबवल.

" बोलू दे मला .... तूच बोललास ना ... आभाळ होऊन पाहावे कधी स्वतः .... मग कळते त्याचं दुःख... बस्स ... झाले ना ... ‘ आकाश ’ होऊन बघितलं...... कळतात तुझ्या feelings मला... किती जणांसाठी धडपडतो तू ... तुझ्यासारखा तूच... तस कोणाला जमणारही नाही.. "

आकाशच्या डोळ्यात पाणी जमा झालेले. सुप्रीच्या डोळ्यातून आधीच पाणी वाहत

होते. मात्र ती हसत होती. " तुला डब्बू बोलतात हेही माहित नव्हतं मला. मीच प्रत्येक वेळेस तुला माझ्यात अडकवून ठेवलं. तुझ्याबाबत कधी काही जाणून घेण्याचा प्रयन्तही केला नाही. तू जेव्हा हरवला होतास ना ... तेव्हा काय बोलला तू , माझ्यामुळे पुन्हा माणसात आलास तू.. नाही आकाश.... तुला त्या निसर्गाने जिवंत ठेवले. तोच तर तुझा सोबती आहे ना पहिल्यापासून... आणि मी तुला त्याच्या पासून दूर ठेवत आले. " आकाश आता नॉर्मल वाटत होता . तोही बोलू लागला .

" कधी कधी आई बोलते मला...... तुझ्या अंगात रक्त नाही.... उधाणलेला वारा वाहत असतो. मी खूप समजावले स्वतःला... नको जाऊया पुन्हा... सुप्री किती काळजी करते. तरी सुद्धा, माझे मन तयारच होयाचे नाही. श्वास गुदमरायचा माझा. लोकांना जरी मी इथे दिसत असलो तरी मन मात्र तिथे कुठेतरी फिरायला गेलेलं असायचे. सर्वांना दिसायाचा तो हाडा- मासांचा गोळा. जीवच नव्हता त्यात... आताही , मला कळत नाही ... माझे चुकते आहे का ... तुझ्यापासून वेगळं होताना.. तुला का शिक्षा हि ... " ,

" नाही आकाश... मी खूप विचार केला. आपलं लग्नही झालं असतं पुढे... पण तुझं काय.. तू तर सुरुवातीपासूनच बोलत होता ना ... शेवटचा प्रवास ... त्यानंतर त्या पुढच्या आयुष्यात तुला स्वतःला हि जमलं असत का तुला थांबवायला... नाहीच !! शक्यच नाही... मग उगाचच माझ्या आनंदासाठी त्याग करायचा..... म्हणजे एकाने आनंदात राहायचे आणि दुसरा....... दुसरा स्वतःला फक्त अडवत राहणार... मीही मग स्वतःला दोष देत राहिले असते... सगळं काही माहित असून सुद्धा मी का वागले अशी ... " ... सुप्री..

थंडगार वाऱ्याची झुळूक आली या दोघांकडे. "बघ आकाश.. तुला तुझे मित्र बोलवत आहेत. ",

    " सुप्री !! .... " ,

    " आकाश.... मी नॉर्मल आहे. आणि सुखात राहीन ... अजिबात काळजी नाही करायची माझी.. " ,

    " घरी आणि ऑफिस मध्ये काय सांगू मी .... " ,

    " कधी पूर्ण होईल प्रवास तुझा.. " ,

    " माहित नाही ... कदाचित २ आठवडे... २ महिने... २ वर्ष ..." आकाश थांबला बोलायचा.

" चालेल... मी सांगते तुझ्या ऑफिसमध्ये.. आणि आईंना सुद्धा समजावेन.. तू निर्धास्त भटकंती कर ... विचारांचे ओझे नको ठेवू मनावर...... थकलास ना तू ... विचार करून करून ... आता खरंच आराम कर तू ... आम्ही सारे मजेत राहू ... कसलाच विचार आता मनात आणायचा नाही ... " सुप्रीने आकाशच्या गालावरून हात फिरवला. " तूच बोलतोस ना , मी किती strong आहे आणि गणू सोबत असताना कशाला घाबरायचे.. " रडू तर येत होते तिला. खूप वेळ आवरलेले रडू क्षणात डोळ्यातून झरझर ओघळले. आकाशला बिलगून रडू लागली सुप्री. संजनालाही रडू आवरले नाही मग. आणि पाऊस ... तोही रिमझिम सुरु झाला. ५-१० मिनिटे रडण्यात गेली. नंतर मग सुप्रीने स्वतःला सावरलं.

" चल .. निघतो आम्ही... तुझाही प्रवास सुरू होईल आता.. नवी भटकंती... मनसोक्त भटकत राहा.. त्या पाखरांसारखे.... तुला ओळखण्यात जरा कमी पडली मी... हो मुक्त तू .... कसलीच बंधनं नाहीत तुला.... " सुप्री बोलली. आकाश तिच्याकडेच पाहत होता.

" राहशील ना माझ्या शिवाय... " ,

" हो ... हो .... " सुप्री उभी राहत म्हणाली. " आठवणींच्या गर्द रानात हरवून गेली असेन फक्त... त्यातून बाहेर काढायला तरी येशील ना .... " यावेळेस आकाशला रडू आलं.

" बघ रे गणू .... किती emotional असतात माणसं ..... बघ, आता निघते आहे तर मिठीही मारत नाही. गरिबाला कोण मिठी मारणार ना... " आकाशला हसू आलं. मिठीत घेतलं त्याने सुप्रीला. संजनाहि जवळ आली. तिलाही मिठी मारली. " मित्रा ... आठवण ठेव आमची... " संजनाने गालगुच्चा घेतला त्याचा.

" जेव्हा परतुनी येईन तेव्हा भेटेन नक्की... " सुप्री पुन्हा आकाश जवळ उभी. निघायची वेळ. पाय निघत नव्हते.

" चला मिस्टर A.... थांबली असती पण आई घरी वाट बघत असेल ना ... म्हणून चालली ... शिवाय .... ह्या संजूला रस्ते कळत नाही ना ... तिला सुखरूप घरी नेयाला पाहिजे ना ... " आकाशने पुन्हा सुप्रीला मिठी मारली. तिच्या कपाळावर ओठ टेकवले.

" चल.... अनोळखी होऊ पुन्हा... एक कळलं ते तुझं नाव ,स्वभाव .... आभाळ , आकाश एकच , ... तुझी आई बोलते ना तुला.. वारा आहेस तू ... कुणाला थांगपत्ता लागू देत नाहीस .. काय सुरु असते मनात तुझ्या... तुलाच जमते असे वागणे... वादळ फक्त तूच थोपवायचीस... साऱ्यांना सामावून घेणारा आकाश तू...

सर्वांचा आकाश... तरी सांगू... तू माझंच आकाश होऊन रहा... माझं आकाश... नाहीतर नजर उचलून पाहायचे कोणाकडे .... " सुप्री बोलली. आकाशकडे एकदा हसून पाहिलं. संजनाचा हात हातात घेतला आणि निघाली त्या डांबरी रस्त्याने... शहराकडे. आकाश, तिच्याकडे ती नजरेआड होईपर्यंत पाहत होता. वाईट वाटतं होते, तरी हेच आपलं जगणं आहे , हे त्याला पटलं होते. बंधमुक्त जगणं. अपेक्षांचे ओझे फेकून दिले त्याने. पुन्हा एकदा त्याने सुप्री निघालेल्या वाटेकडे नजर टाकली. दूरवर गेलेली ती. आकाशने मग त्या पायवाटेकडे नजर टाकली. डोळ्यातली आसवं पुसली. आणि काहीश्या विखुरलेल्या , तरी नव्या आभाळाच्या साक्षीने नवीन प्रवासाला निघाला आकाश.

प्रत्येकवेळेस दुसऱ्यासाठी जगणं , हेच आयुष्य बनून जाते. पण स्वतःचे जगणेही महत्वाचे असते. नाहीतर जन्मभर हातात राहतात त्या चुकलेल्या निर्णयाच्या मनावरच्या खपल्या. जखम भळभळत नाही तरी वेदना होतंच राहतात. जगावं कधी स्वतःच्या नियमाने..... जगावं कधी पाखरांसारखे..... जगावं कधीतरी ... मनासारखे. हेच जगणं ... सुप्रीचा निर्णय योग्य होता तिच्यासाठी आणि आकाशसाठी सुद्धा. गोष्टी अश्याच सुरु होतात आणि संपतातही अश्याच. सुख-दुःख हा तर नियमच आहे जगाचा. चालणारे पाय आणि प्रवास कधी थांबला नाही पाहिजे. चेहरे बदलतात, नावं बदलतात , पण प्रवास , भटकंती कधीच थांबत नाही. गोष्ट संपली. आनंद आहे. जिथे सुरवात, तिथे शेवट आणि जिथे शेवट होतो, तिथे नव्याने सुरुवातही होते. आकाश- सुप्री पुन्हा अनोळखी झाले. कदाचित पुन्हा नव्याने ओळखीचे होण्यासाठी. हे दोघे स्वतःच्या सुखाच्या प्रवासाला निघाले आहेत. कदाचित एखाद्या अनोळखी वळणावर पुन्हा नव्याने भेटतील..... एका नवीन भटकंती साठी... !! विचार करायला हरकत नाही, बरोबर ना !!

==================== समाप्त ====================